கதைக்கும் நட்சத்திரங்கள்

வயது வரம்பு : 5+

குழந்தைகளே எழுதியுள்ள சிறார் சிறுகதைகள்

AF762456

தொகுப்பாசிரியர் : துரை ஆனந்த் குமார்

டிஸ்கவரி பப்ளிகேஷன்ஸ்
எண்: 9, பிளாட் எண்: 1080A, ரோஹிணி பிளாட்ஸ்,
முனுசாமி சாலை, கே.கே.நகர் மேற்கு,
சென்னை-600 078. பேச: 99404 46650

வெளியீட்டு எண்: 0195

கதைக்கும் நட்சத்திரங்கள் *(சிறார் சிறுகதைகள்)*

தொகுப்பாசிரியர்: **துரை ஆனந்த் குமார்**©

Kadhaikkum Natchathirangal, (Children's short stories)

Compiled by: Durai Anand Kumar©

First Edition: October - 2022

ISBN: 978-93-95285-14-8

Pages: 136

Publisher • Sales Rights

Discovery Publications
No. 9, Plot,1080A, Rohini Flats,
Munusamy Salai,
K.K.Nagar West, Chennai - 78.
Tamilnadu, India.
Mobile: +91 99404 46650

Discovery Book Palace (P) Ltd
No. 1055-B, Munusamy Salai,
K.K.Nagar West,
Chennai-600 078.
Ph: (044) 4855 7525
Mobile: +91 87545 07070

discoverybookpalace@gmail.com / www.discoverybookpalace.com

உள்ளே...

தொகுப்புரை

அன்பு வணக்கம்.

'பேனா பிடித்த நட்சத்திரங்கள்' என்ற புத்தகத்தை, நம் KTS குழுவின் *27* குழந்தைகளை எழுத வைத்து *2020*, நவம்பரில் வெளியிட்டோம். இரு ஆண்டுகள் கழித்து, இப்போது நம் குழந்தைகள் *34* பேர் எழுதிய 'கதைக்கும் நட்சத்திரங்கள்' நூல் வெளிவந்திருப்பது மகிழ்ச்சியூட்டுகிறது.

இந்த முன்னெடுப்புக்கு விதையாக இருந்து வளம் சேர்த்துள்ள இளம் எழுத்தாளர்களை உச்சி முகர்ந்து வாழ்த்துகிறேன். KG குழந்தைகள் முதல், கல்லூரி படிக்கும் பருவத்திலுள்ள பிள்ளைகள் வரை ஆர்வத்துடன் பங்களித்ததில் மகிழ்ச்சி. இதற்கு உறுதுணை செய்த பெற்றோர்க்கும் நன்றி.

'டிஸ்கவரி புக் பேலஸ்' நிறுவனம், இந்தப் புத்தக முன்னெடுப்புக்கு எல்லா உறுதுணையையும் வழங்கி, எங்கள் கனவை விரைந்து நனவாக்கி இருக்கிறது. அந்நிறுவனத்தின் நிர்வாக இயக்குனர், திரு. வேடியப்பன் அவர்களுக்கு எங்கள் அனைவரின் சார்பில் மனமார்ந்த அன்பையும் நன்றியையும் தெரிவித்துக்கொள்கிறேன்.

ஒவ்வொரு குழந்தையும் ஒவ்வொரு விதத்தில் கதையை எழுதியிருக்கிறார்கள். இப்படிக் கதை எழுதுவதன் மூலமாக அவர்களது கற்பனைவளம், சிந்தனை வளம், படைப்புத்திறன், ஆளுமைத்திறன் என எல்லாமே மேம்படும் என உறுதியாக நம்புகிறேன்.

இந்தப் புத்தகத்தை, சிறார் இலக்கிய ஆர்வலர்கள் பெருமளவில் வாங்கிப் படிக்கவேண்டும்; மற்றவர்க்கும் பரிசாக அளிக்கவேண்டும். அதன் வாயிலாக, மற்ற ஆர்வமுள்ள குழந்தைகளின் கதை வாசிப்பும், கதை எழுதுதலும் பல்கிப் பெருகவேண்டும் என வாழ்த்துகிறேன், வேண்டுகிறேன்.

நம் குழந்தைகள் இன்னும் பற்பல புத்தகங்களை எழுதி மகிழ வேண்டும். டிஸ்கவரி பதிப்பகமும் சிறார் புத்தகங்களை தொடர்ந்து வெளியிட்டபடியே இருக்க வேண்டுமென்று வாழ்த்துகிறேன்.

- துரை ஆனந்த் குமார்
ஒருங்கிணைப்பாளர் ,
கிட்ஸ் தமிழ் ஸ்டோரீஸ்,
தொடர்புக்கு: 00971501974975.
kidstamilstory@gmail.com

01. கடவுள் குழந்தை

S.அபிநயா வயது : 19

கோடை வெயிலுக்கு உடம்பைக் குளிர்ச்சிப் படுத்திக் கொள்ள சுற்றுலாப் பயணிகள் கார்கள், பேருந்துகள், இரு சக்கர வாகனங்கள் என தினந்தோறும் மலைப்பாதை வழியாக வனப்பகுதியில் செல்வார்கள்.

காட்டில் நிறைய குரங்குகள் வசித்து வந்தன. வாகனங்களிலிருந்து வெளியே வீசியெறியும் திண்பண்டங்களைச் சாப்பிடுவதற்காகப் பாதையில் காத்திருப்பது அவற்றின் வழக்கம்.

குரங்குக் குடும்பங்களின் செல்லக்குட்டி சோபி. ஒருநாள், பஸ் ஜன்னலில் இருந்து வீசப்பட்ட வாழைப்பழச் சீப்பிலிருந்து ஒன்றை உரித்துச் சாப்பிட முற்பட்ட போது, அருகில் வந்த மற்றொரு பெரிய குரங்கு, இரண்டு பழங்களை உதிர்த்து பாதையோரம் வீசி, சோபியின் கவனத்தைச் சிதறவிட்டு மற்ற பழங்களைச் சீப்போடு தூக்கிப் போனது.

இரண்டு பழங்களாவது கிடைத்ததே என சாப்பிட்டு முடித்த சோபி, பாதையோரமாக வளர்ந்த சிறு புற்களின் மேல் புதிரான ஒரு பொருள் கிடப்பதைக் கண்டது.

குழந்தைகள் காதில் வைத்து விளையாடும் பொம்மை செல்போன் அது. எந்தக் குழந்தையேனும் வாகனத்தில் செல்லும் போது தவற விட்டிருக்கும்.

சோபி, செல்போனை எடுத்து, முன்னும் பின்னும் புரட்டிப் பார்த்து, திண்பண்டமென நினைத்துக் கடித்தபோது, பேட்டரி உயிர்ப்பித்து 'தக்கத்தையா... தைய... தைய...தையா' என பாடல் ஒலித்ததும் திடுக்கிட்டு அதைத் தூக்கிப்போட்டது.

சில நொடிகளில் செல்போன் அமைதியாகி விட, மீண்டும் எடுத்து பட்டனில் கடிக்க, இப்போது 'டிரிங்...டிரிங்... ஹலோ... ஹலோ...' எனும் குரல் ஒலித்தது.

மீண்டும் தூக்கிப்போட்டது. செல்போன் அமைதியானதும், துணிச்சலாக மறுபடியும் இதே போன்று செய்ததில் பாட்டு வருவதும், குரல் ஒலிப்பதும் சோபிக்கு உற்சாகத்தைக் கொடுத்தது.

செல்போனைக் கையில் பற்றிக்கொண்டு, தன் நண்பர்களிடம் காட்டுவதற்காக எடுத்துச் சென்றது.

“நண்பர்களே... எல்லாரும் வாங்க... கடவுள் என்னோடு பேசி, பாட்டுப் பாடும் பொருளைக் கொண்டு வந்திருக்கிறேன்...’ என்று கூறி அழைத்தது.

கடவுள் பேசும் பொருளா...என்னவாக இருக்கும்? என்ற ஆர்வத்தில், மரத்தின் மேல் விளையாடிக்கொண்டிருந்த சக குரங்குகள் கீழறங்கி சோபியிடம் வந்தன. அதன் கையில் வைத்திருப்பது பொம்மை என்பது தெரியாமல் ஆச்சர்யமாகப் பார்த்தன.

“இதோ... இதைக் கடிக்கிறேன் பாருங்கள்! கடவுள் பாட்டுப் பாடுவார்” எனக்கூறி செல்போனைக் கடித்தது சோபி.

உடனே, ‘தக்கத்தையா’ என்ற பாட்டு ஒலிக்க, குரங்கு நண்பர்கள் பயந்து பின்வாங்கியதைக் கண்ட சோபி சிரித்து, “பயப்படாதீங்க. பாட்டுப் பாடி முடிச்சதும் கடவுள் ஓய்வெடுப்பார். அடுத்து இன்னொரு தடவை கடிச்சால் என்னோடு பேசுவார்” என்று கடித்தது. “டிரிங்... டிரிங்... ஹலோ...” எனும் குரல் வந்தது. உண்மையாகவே கடவுள்தான் பேசுகிறார் என்று நம்பிவிட்டன மற்ற குரங்குகள்.

அன்றிலிருந்து சோபியைக் கடவுளின் குழந்தையாகக் கருதி, தனி மரியாதை செலுத்தத் தொடங்கின. தீனியாக என்ன கிடைத்தாலும் சோபிக்குப் பங்கை வைப்பதும், விளையாட்டில் முதல் தேர்வாக முன் வைப்பதுமென ராஜ கவனிப்புதான். சோபியும் அவ்வப்போது செல்போனைக் கடித்து பாட்டையும், ‘ஹலோ’ வையும் கேட்கச் செய்தது.

ஒரு வாரம் கழிந்திருந்தபோது, நண்பர்களில் ஒரு குட்டி, சோபியிடம் வந்தது.

“சோபி... அடுத்த காட்டில் இருந்து என் அத்தை பையன் வந்திருக்கிறான். உன்னிடம் கடவுள் பாடும் பொருள் இருப்பதைச் சொன்னதும் ஆசையாகப் பார்க்க வேண்டுமெனக் கேட்டான். அரை மணி நேரம் எனக்குத் தாயேன்! காட்டிவிட்டுக் கொண்டு வந்துடறேன்’’ என்று கேட்டது.

"ம்ஹூம்... அதெல்லாம் முடியாது. யாரிடமும் தர மாட்டேன். அத்தைப் பையனை என்னிடம் கூட்டி வா... கடவுள் குரலைக் கேட்கச் செய்கிறேன்'' என பிடிவாதமாக மறுத்தது சோபி.

வெகுநேரமாகக் கெஞ்சியும் தராததால், வேறு வழியின்றி அத்தைப் பையனை சோபியிடம் அழைத்து வந்தது குட்டி நண்பன்.

“ஒரு முறைதான் செய்வேன். ஏன்னா, அடிக்கடிக் கூப்பிட்டால் கடவுள் கோபிச்சுக்குவார்...” என தன் மகத்துவத்தை புதிய குரங்கிடம் பெருமைப்படுத்திக்கொண்ட சோபி, செல்போனைக் கடித்தது.

அடிக்கடி உபயோகப்படுத்தியதால்,பேட்டரி வலுவிழந்து, செல்போன் அணைந்து போனது. இது தெரியாமல் மேலும் மேலும் கடித்ததில் பட்டன்களும் நசுங்கி விட்டன.

“எல்லாம் உன்னாலதான்... கடவுளுக்கு என்னையும், நமது நண்பர்களை மட்டும் பிடிச்சிருக்குது. அடுத்த காட்டின் அத்தைப் பையனைப் பிடிக்கலை. அதனால, கோபிச்சுக்கிட்டு பாடவும், பேசவும் மாட்டேங்கிறார். இனி எப்போது கடவுள் குரலைக் கேட்பேன்?’ என்று திட்டிய சோபி கண்ணீர் விட்டது.

அடுத்து வந்த நாட்களில், சோபிக்கென இருந்த ராஜ உபசரணைகள் மெல்ல மெல்லக் குறைந்து போயின.

வழக்கம் போல் திண்பண்டங்களை எதிர்பார்த்து மலைப்பாதைக்கு வந்தது சோபிக்குட்டி.

இந்தக் கதையைக் காணொளி வடிவில் பார்க்க இங்குள்ள QR கோடினை ஸ்கேன் செய்யவும்.

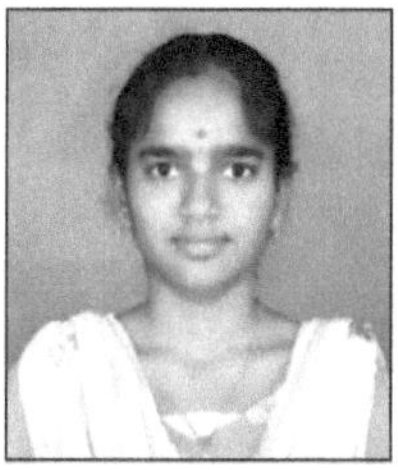

எழுதியவர் : S.அபிநயா
நாமக்கல் மாவட்டம், வயது : 19
(B.E) கல்லூரி முதல் வருடம்

நாமக்கல் மாவட்டத்தைச் சேர்ந்த அபிநயாவின் 100க்கும் மேற்பட்ட சிறுகதைகள் கோகுலம், சுட்டி விகடன், இந்து தமிழ் திசை மாயாபஜார் இதழ்களில் பிரசுரம் ஆகியுள்ளன. சுட்டி விகடனில் ‘சீனியர் சூப்பர் ஸ்டார்’ விருது பெற்றுள்ளார். அழ.வள்ளியப்பா நினைவு சிறுகதைப் போட்டியில் முதல்பரிசு பெற்றுள்ளார்.

இவரது ‘கரடியும் குரங்குகளும்’, ‘புலிப்பல்லும் நரிக்கொம்பும்’ என்ற இரு சிறுகதை நூல்கள் வானம் பதிப்பகம் வாயிலாக வெளியிடப்பட்டுள்ளன. கோவிட் பெருந்தொற்றுக் காலத்தில் உமையவன் அவர்கள் தொகுத்த ‘அந்தியில் மலர்ந்த மொட்டுகள்’, ‘தற்கால சிறார் கதைகள்’ ஆகிய நூல்களில் இவரது கதைகள் இடம்பெற்றுள்ளன. தற்போது துரை ஆனந்த் மாமா அவர்களின் ‘Kids Tamil Stories’ குழுவில் உறுப்பினராக இருப்பதைப் பெருமையாகக் கருதுகிறார்.

02. அவியின் முட்டைகள்

சனஸ்யா ஜெயஸ்ரீ சரவணன் வயது : 9

டான்சானியா நாட்டில் ஒரு லீலாக் ப்ரெஸ்டெட் ரோலர் பறவை இருந்தது. அதன் பெயர் அவி. பச்சைப் பசேலென்ற காட்டில் அவி வசித்து வந்தது. அது முட்டை இட்டுக் குஞ்சு பொரிக்கும் காலம் நெருங்கியதால் கூடு கட்ட இடம் தேடியது. நிறைய நாட்கள் தேடியும் நல்ல இடம் கிடைக்காததால், கூடுகளற்ற ஒரு உயரமான மரத்தின் பொந்தில் குடியேறி இரண்டு முட்டைகள் இட்டது.

அன்று இரவு முட்டைகளை அடை காத்துக்கொண்டிருந்த பொழுது அதே மரத்தின் கீழே இருந்த வேறு ஒரு பொந்திலிருந்து ஒரு பாம்பு வெளியேறியதைக் கண்டது. அது ஒரு கிழக்கு ஆப்பிரிக்க முட்டைதின்னிப் பாம்பு எனக் கண்டு அதிர்ந்தது. அவசரப்பட்டு பாம்பு வசிக்கும் மரத்தில் முட்டைகளை இட்டுவிட்டோமே என்று வருந்தியது அவி.

மேலே இருக்கும் பொந்தில் முட்டைகள் இருப்பதை உணர்ந்த பாம்பும், முட்டைகளை உண்ண, தாய்ப்பறவை இல்லாத நேரத்திற்காகக் காத்திருந்தது.

பாம்பிடமிருந்து முட்டைகளைப் பாதுகாப்பதற்காக இரண்டு நாட்கள் பொந்தை விட்டு அகலாமல் இருந்தது அவி. இரண்டு நாட்களாய் உணவு உண்ணாததால் பசியுடன் சோர்வாக உணர்ந்தது. சிறிது நேரத்தில் பசியாலும் பயத்தாலும் திடீரென்று அழத் தொடங்கியது.

அப்பொழுது, "யார் அங்க அழறீங்க? என்ன பிரச்னை உங்களுக்கு?" என்று ஒரு குரல் கேட்டது. யாரதுன்னு ஆச்சரியப்பட்டு அழுகையை நிறுத்தி எட்டிப் பார்த்தது அவி. அங்கே நீண்ட கொக்கைப் போன்ற கால்களுடன், கருப்புக் கொண்டையும், சிகப்பு முகமும், சாம்பலும் கருப்புமாய் இறக்கைகளும் கொண்ட, நாலடி உயர செக்ரெட்டரி பறவை ஒன்று நின்றுகொண்டிருந்தது.

"அட, கவி நீயா?. எவ்வளவு நாள் ஆச்சு பார்த்து" என்று தன் தோழியைப் பார்த்து ஆச்சிரியப்பட்டது அவி.

“ஆமாம் நானேதான்! உனக்கு என்ன பிரச்னை? ஏன் அழுத... அதைச் சொல்லு முதலில்” என்றது கவி.

“நான் சாப்பிட்டு இரண்டு நாட்கள் ஆகிறது; நான் முட்டை இட்டு அடை காக்கும் இந்தப் பொந்துக்குக் கீழ் இருக்கும் வேறொரு பொந்தில் ஒரு முட்டைதின்னிப் பாம்பு இருக்கிறது. அது என் முட்டையை உண்ணக் காத்திருக்கிறது. அதனிடமிருந்து என் முட்டைகளைக் காப்பாற்றிக் குஞ்சு பொரிக்க வேண்டும். ஆனால், உணவில்லாமல் நான் மிகவும் சோர்ந்திருக்கிறேன்” என்றது.

“ஓ, இதுதான் உன் பிரச்னையா? செக்ரெட்டரி பறவைகளுக்குப் பிடித்த உணவே பாம்புகள்தான் என்பதை மறந்து விட்டாயா? நான் உன் முட்டைகளைப் பார்த்துக் கொள்கிறேன், நீ உணவு உண்டு வா” என்றது கவி.

தோழிக்கு நன்றி கூறி, "விரைவாக உண்டு வருகிறேன்" என்றபடி பறந்து நதிக்கரை அருகே சென்றது.

நதிக்கு அருகே ஊர்ந்துகொண்டிருந்த பாம்பு, தாய்ப்பறவை மேலே பறப்பதைக் கண்டு, 'ஆஹா, இதுதான் முட்டைகளை உண்ண சரியான நேரம்...' என நினைத்து, பொந்தை நோக்கி விரைந்தது.

மரத்தை அடைந்து, பொந்தை நோக்கி ஊர்ந்துகொண்டு இருக்கும் பொழுது, சட்டென்று கவி பறந்து வந்து பாம்பைக்

கொத்தித் தின்றது. உணவு உண்டு திரும்பிய அவி நிகழ்ந்ததை அறிந்து, தோழி கவிக்கு நன்றி கூறியது.

பாம்பிடமிருந்து தப்பித்த அவியின் முட்டைகள், மூன்று வாரங்களில் அழகிய குஞ்சுகளாகின என்று சொல்லவும் வேண்டுமா..?

இந்தக் கதையைக் காணொளி வடிவில் பார்க்க இங்குள்ள QR கோடினை ஸ்கேன் செய்யவும்.

எழுதியவர் : **சனஸ்யா ஜெயஸ்ரீ சரவணன்**

வயது : 9

மூன்றாம் வகுப்பு

முழு நேர புத்தக வாசிப்பாளராகவும், பகுதி நேரமாக மூன்றாம் வகுப்பிலும் பயிலும் இவர், துபாயில் தன் பெற்றோர் மற்றும் தம்பியுடன் வசிக்கிறார். KTS குழுவின் முந்தைய புத்தகத்தில் 'ஒளிந்து விளையாடு' என்ற தன் முதல் கதையை எழுதிய இவர், விலங்குகள், பறவைகள், மற்றும் வரலாறு பற்றி படிப்பதிலும், ஓவியங்கள் வரைவதிலும் மிகுந்த ஈடுபாடு உடையவர்.

03. நோஞ்சியுடன் ஒரு பயணம்

மு.க.ஏஞ்சல் வயது : 7

அனுஸ்ரீ ஒன்றாம் வகுப்பு படிக்கிறாள். அவளுக்கு ரொம்ப நாளாக ஒரு ஆசை; அந்த ஆசை என்ன தெரியுமா? ஜூபிட்டருக்குப் போகணும்கிறதுதான். ஏன்னா அனுவோட அம்மா ஒரு விண்வெளி ஆராய்ச்சியாளர்.

ஒரு நாள் காலைல அவளோட அம்மா, "பாப்பா! நாங்க இன்னிக்கு ஆராய்ச்சிக்காக ஜூபிடருக்குப் போறோம், நீயும் எங்களுடன் வாயேன்!" அப்படின்னாங்க. "ஓ! வரேன் அம்மா" என மகிழ்ச்சியா கிளம்பினா.

ஜூபிடருக்குப் போனதும் அங்க செடிகள், கொடிகள் அப்புறம் மரங்கள் எல்லாம் அழகா இருந்துச்சாம். அங்க அழகா பிங்க் கலர்ல ஒரு பூ இருந்துச்சி, அந்தச் செடியில் இருந்த இலையைத் தொட்டதும் மூடிக்கிச்சி.

உடனே அம்மாகிட்ட ஓடி, "இது என்ன செடிம்மா?" அப்படின்னு கேட்டா. அம்மா சொன்னாங்க, "இதுதான் ஜூபிடர் தொட்டாஞ்சிணுங்கி!" அப்படின்னு. அவளுக்கு ரொம்ப ஆச்சர்யமா இருந்துச்சி.

அப்போ தூரத்தில் பச்சையா ஓர் உருவம் தெரிஞ்சிச்சு. கிட்டப்போய்ப் பார்த்தால் அது ஒரு ஏலியன். "நீ யாரு?" அப்படின்னு கேட்டா. "என் பேரு நோஞ்சி; நான் ஒரு ஏலியன்"னு சொல்லுச்சி.

"என்ன... ஏலியனா?!" அப்படின்னு, கண்ணை உருட்டி உருட்டிப் பார்த்தாள்.

"என் கூட எங்க ஊருக்கு வரியா?"ன்னு ஏலியன் கேட்டுச்சு. "ம்ம்... நான் வரேன், ஆனா நான் எப்படி வரது?"ன்னு அனு கேட்டா.

"கவலைப்படாதே என்னிடம் பறக்கும் தட்டு இருக்கு... அதில் போகலாம்!" என்றது நோஞ்சி.

“ரெண்டு பேரும் கிளம்பினாங்க. நீங்க ஜுபிடர்லதான் இருப்பிங்களா? இல்லை, உங்களுக்குத் தனி உலகம் இருக்கா?’’ன்னு கேட்டா அனு.

“எங்களுக்குன்னு ஒரு தனி உலகம் இருக்கு’’ன்னு நோஞ்சி சொல்லுச்சி. அப்போ ஒரு துளை மாதிரி இருந்துச்சி. அந்தத் துளை வழியா போனா. அங்க, ஜுபிடர்ல பார்த்த எல்லாமே இருந்துச்சி.

நோஞ்சி சொல்லுச்சி, "இங்க ஒரு அருவி இருக்கு. அந்த அருவி பேரு 'ஆகாய கங்கை'; அதுக்கு 1150 படிகள் இறங்கிப் போகணும் தெரியுமா?"

"என்னது... 1150 படியா! நான் எப்படி அங்க வரது?"ன்னு அனு பிரமிப்பா கேட்டா.

''நாம நடந்து போக வேண்டாம். இந்தப் பறக்கும் தட்டுலயே போய்டலாம்!''னு சொல்லுச்சி நோஞ்சி.

“அப்படின்னா சரி”ன்னு ரெண்டு பேரும் கிளம்பினாங்க.

அங்க ஒரு இடத்துல தண்ணி, சுத்திச் சுத்தி தரைக்குள்ள போச்சு. அதுக்குள்ள கையை விடப்போனா அனு.

“அனு அதைத் தொடாதே!” அப்படின்னு கத்துச்சி நோஞ்சி. “ஏன் இதைத் தொடக்கூடாது?”ன்னு அனு கேட்டாள்.

“இது பேரு சுழல்! உன்னைத் தண்ணிக்குள்ள இழுத்துரும்!” அப்படின்னு சொல்லுச்சி நோஞ்சி.

“நல்லவேளை... நான் தொடலை. சரி, எனக்கு நேரம் ஆகிடுச்சு, அம்மா தேடுவாங்க. என்னை விட்டுரு”ன்னு சொன்னா அனு.

நோஞ்சி திரும்பவும் அதே இடத்துல அனுவை விட்டுருச்சி. அதேநேரம் அம்மாவும், “நாம பூமிக்குப் போகவேண்டிய நேரம் ஆச்சி கிளம்பு”ன்னு சொன்னாங்க. வீட்டுக்கு வந்ததும் ரொம்பக் களைப்பா இருந்துச்சி, நல்லா தூங்கிட்டா.

அப்போ ஒரு சத்தம் கேட்டுச்சு. “அனு... அனு... எழுந்திரு ஸ்கூலுக்கு நேரம் ஆகிடுச்சு!”

கண்ணைத் திறந்த அனு, ‘அட! கனவா’னு மனசுக்குள்ளேயே நினைச்சிட்டு, ஸ்கூலுக்குக் கிளம்ப ஆரம்பிச்சா.

இந்தக் கதையைக் காணொளி வடிவில் பார்க்க இங்குள்ள QR கோடினை ஸ்கேன் செய்யவும்.

எழுதியவர் : மு.க.ஏஞ்சல்

கொல்லிமலை, வயது :7

இரண்டாம் வகுப்பு

நாமக்கல் மாவட்டம் கொல்லிமலையில் வசிக்கும் இவர், சிறார் குழுக்கள் பலவற்றின் நிகழ்வுகளிலும் ஆர்வமாகப் பங்கெடுப்பவர்.

அந்தியில் மலர்ந்த மொட்டுகள், பேனா பிடித்த நட்சத்திரங்கள், சுக்கா புக்கா முக்கா, குட்டி மேகங்கள் தூவிய தூறல்கள் ஆகிய புத்தகங்களில் கதை எழுதியுள்ளார்.

வண்ணத்துப்பூச்சி மழலைகளின் கவிமழை என்ற புத்தகத்தில் இவரின் கவிதைகள் இடம்பெற்றுள்ளன.

வண்ணக்கதிர் நாளிதழ், தினமணி சிறுவர்மணி நாளிதழ், வண்ணத்துப்பூச்சி மின்னிதழ், தமிழ்நெஞ்சம் மின்னிதழ் போன்றவற்றில் இவரின் கதைகள் இடம்பெற்றுள்ளன.

Young story teller and youngest youtuber (by KTS), கதை சொல்லி (by லாலிபாப் சிறுவர் உலகம்), எழுத்துச்சிற்பி (by VANNATHUPOOCHI), சிறந்த பேச்சாளர் விருது(by EZ) போன்ற விருதுகளையும் பெற்றுள்ளார்.

04. பயத்தை விலக்கிய செல்வம்

சு.பிரவந்திகா வயது : 9

“இன்றைக்கு பள்ளி விடுமுறைதானே, மாந்தோப்புக்குப் போய் மாங்காய் பறித்து உப்புத் தொட்டு சாப்பிடப் போறோம்... வருகிறாயா செல்வம்?” மகிழன் அழைக்கவும், “இல்லைடா, நான் வரவில்லை” என்று வேகமாக மறுத்தான் செல்வம்.

“ஏனடா வரமாட்டேன் என்கிறாய், மரத்திலேறி விளையாடலாம். கிளைகளில் ஊஞ்சல் ஆடலாம். மாங்காய் பறித்துச் சாப்பிடலாம். நீயும் வந்தால் மகிழ்ச்சியாக இருக்கும், வாயேன்டா” ஆசையாக அழைத்தனர் நண்பர்கள்.

“மரம் ஏறுவது என்றால் எனக்கு பயம். ஊஞ்சல் ஆடுவது என்றால் கேட்கவே வேண்டாம். இதில் எப்படி நான் வருவது? நான் வந்தால் பயத்திலேயே எதுவும் செய்ய மாட்டேன். உங்களின் மகிழ்ச்சி கெடும். அதான், நீங்கள் போய் வாருங்கள்” என்று செல்வம் சொன்னான்.

சீக்கிரமே வீட்டிற்கு வந்த செல்வத்தைப் பார்த்த அம்மா “என்னடா, இவ்வளவு சீக்கிரம் வந்துவிட்டாய்?” என்று கேட்கவும், “நண்பர்கள் மாந்தோப்பிற்கு விளையாடப் போய் விட்டார்கள் அம்மா, அதான் நான் வந்துவிட்டேன்” என்று செல்வம் பதில் சொன்னான்.

“நீ ஏன் போகவில்லை?’’னு அம்மா கேட்க, “பயமாக இருந்தது” என்றான்.

“பயம் நமக்கு எதிரி செல்வம், பயந்தால் எதுவுமே செய்ய முடியாது. பிறந்த குழந்தைகூட தூளியில் ஆடுகிறது. நீ என்னவென்றால் ஊஞ்சலில் ஆடப் பயப்படுகிறாய்... உன் பயத்தை முதலில் தூரமாகத் தள்ளி வை. உன்னால் எதுவும் செய்ய முடியும்... சரியா தங்கம்” என்று அம்மா சொன்னதைக் கேட்டதும், “சரிங்க அம்மா” என்றான் செல்வம்.

பள்ளிக்கு, கடைக்கு இன்னும் எங்கெங்கு போக வேண்டும் என்றாலும் செல்வம் நடந்துதான் போவான். அவனுடைய

அப்பா பலமுறை மிதிவண்டி ஓட்டக் கற்றுத் தருவதாக அழைத்தும் பயத்தின் காரணமாக செல்வம் மறுத்து விடுவான்.

காலாண்டு விடுமுறையில் செல்வம் அவனின் பாட்டி வீட்டிற்குச் சென்றிருந்தான். ஒருநாள் இரவு எதிர்பாராமல் ஊரில் மின்தடை ஏற்பட்டது.

“அடடா, மின்சாரம் போய்விட்டதே! வீட்டில் மெழுகு வர்த்தி இல்லையே... கடைக்குப் போய் வாங்கி வருகிறாயா செல்வம்?” என்று பாட்டி சொல்லவும், “கடை தூரமாக உள்ளதே பாட்டி!” என்று செல்வம் தயங்கினான்.

“பக்கத்து வீட்டிலிருந்து மிதிவண்டி வாங்கித் தருகிறேன், வேகமாக சென்று வாங்கி வந்துவிடலாம்” பணத்தை கொடுத்த வாறே பாட்டி சொன்னதைக் கேட்ட செல்வம் பயந்தபடியே “பாட்டி... பாட்டி” என்று மெதுவாக அழைத்தான்.

‘என்ன செல்வம்?” என பாட்டி கேட்கவும், “மிதிவண்டி ஓட்டத் தெரியாது பாட்டி! அப்பா பலமுறை சொல்லியும்

பயத்தில் கற்றுக்கொள்ளவில்லை. மேலும் இருட்டு என்றாலும் நெறைய பயம் பாட்டி. என்னால் தனியாகக் கடைக்குப் போக முடியாது.'' செல்வம் கூறியதைக் கேட்ட பாட்டி, ''ஓஓஓ... அப்படியா செல்வம்? வா... பக்கத்து வீட்டில் சிறிது நேரம் இரு, நான் கடைக்குப் போய் வருகிறேன்'' என்று சொன்னவாறே கீழே இறங்கும்போது இருட்டில் படிக்கட்டை சரியாகக் கவனிக்காமல் தடுக்கி விழுந்துவிட்டார்.

“ஐயோ... அம்மா..!” என்று பாட்டியின் சத்தமும், கூடவே செல்வத்தின் அழுகுரலும் கேட்டு, அருகிலிருந்தவர்கள் ஓடிவந்து பாட்டியைத் தூக்கி வீட்டிற்குள் கொண்டு சென்றனர். பாட்டியின் காலில் நல்ல அடி. மருத்துவர் வீட்டிற்கு வந்து பார்த்து காயத்திற்கு மருந்து போட்டு, கட்டுப் போட்டுவிட்டுச் சென்றார்.

இதைப் பார்த்துக்கொண்டிருந்த செல்வம் பாட்டியின் இந்த நிலைக்குக் காரணம் தனது பயமே என்று உணர்ந்து வருந்தினான். ‘பயமில்லாமல் இருக்க என்ன செய்ய வேண்டும்’ என்று சிந்திக்க ஆரம்பித்தான்.

அடுத்தநாள் வந்த செல்வத்தின் பெற்றோர்கள் அமைதியாக இருந்த செல்வத்தைப் பார்த்ததும் “கவலைப்படாதே, விரைவில் பாட்டிக்கு சரியாகிவிடும்” என்றனர்.

“அம்மா, நான் பயமில்லாமல் இருக்க என்ன செய்ய வேண்டும்?” என்று செல்வம் கேட்டான்.

“என்னால் எதையும் சரியாகச் செய்ய முடியும்... என்று நம்ப வேண்டும். நம்மால் செய்ய முடியாது என்று நினைப்பதை மீண்டும், மீண்டும் செய்ய வேண்டும். தன்னம்பிக்கையையும், தைரியத்தையும் வளர்த்துக்கொள்ள வேண்டும். அப்படி செய்தால் பயம் போய் விடும் கண்ணா” என்று அம்மா சொல்லவும், “சரிங்க அம்மா, முயற்சி செய்கிறேன்” என்றான் செல்வம்.

பாட்டியின் காயம் ஆறும் வரையில் பக்கத்தில் இருந்து உதவிய செல்வத்திற்கு, பாட்டி பல வீரர்களின் கதைகளைக் கூறினார். செல்வமும் அவன் மனதிலிருந்து பயம் போவதற்கு முயற்சி செய்தான்.

அவன் அப்பாவின் உதவியுடன் மிதிவண்டி ஓட்டக் கற்றுக் கொண்டான். எதையும் கவனமுடன் சரியாகச் செய்தான். அதனால் அவனுக்கு நம்பிக்கை பிறந்தது. அவனிடம் இருந்த பயமும் விலகியது.

இந்தக் கதையைக் காணொளி வடிவில் பார்க்க இங்குள்ள QR கோடினை ஸ்கேன் செய்யவும்.

எழுதியவர் : சு.பிரவந்திகா
சென்னை. வயது : 9
நான்காம் வகுப்பு

சென்னை பட்டாபிராமில் வசித்து வரும் சு.பிரவந்திகா, சிறார் கதைகள், கவிதைகள், தன்முனைக் கவிதைகளை எழுதி வருகிறார். உலகளவில் பதினாறு வயதிற்குட்பட்ட குழந்தைகளில் தன்முனைக் கவிதைகள் எழுதிய முதல் குழந்தை என்ற சிறப்பைப் பெற்றுள்ளவர். இளங்கவி, வரகளக்கவி உள்ளிட்ட சில விருதுகளையும், பல அமைப்புகளின் வழியாக பல சான்றிதழ்களையும் பெற்றுள்ளார்.

கனடா தமிழாழிக்காட்சியில் சிறார் நிகழ்வில் இணைத் தொகுப்பாளராகவும், கதை சொல்லியாகவும் பயணித்து வரும் இவரின் கதைகள் சுக்கா, புக்கா, முக்கா (புத்தக நண்பன்) அந்தியில் மலர்ந்த மொட்டுகள் (உமையவன்) வாண்டுகள் சொன்ன கதைகள், குட்டி மேகங்கள் தூவிய தூறல்கள் (அன்புச்செல்வி சுப்புராஜூ) முதலிய தொகுப்பு நூல்களிலும் வெட்சி, தமிழ்நெஞ்சம் இலக்கிய இதழ்களிலும் வெளிவந்துள்ளன. மேலும் ‘சிறகடிக்கும் பட்டாம்பூச்சி’ என்ற சிறுவர் கதைப் புத்தகம் வெளியிட்டுள்ளார். ‘அம்மு சொன்ன கதைகள்’ புத்தகம் அச்சில் உள்ளது.

05. காட்டில் ஒரு மர்மம்

ஸ்ரீநிதி பிரபாகர் வயது : 11

ஒரு பெரிய அழகான காட்டில் வண்ண வண்ணமான கூச்சலிடும் பறவைகளும் மற்ற விலங்குகளும் மகிழ்ச்சியாக வாழ்ந்து வந்தன.

ஒருநாள் அமைச்சர் பறவை, காட்டின் ராஜாவான சிங்கத்திடம் வந்து சொன்னது, "வணக்கம் ராஜாவே ! நம்முடைய காட்டில் ஒரு பிரச்சனை நடந்து கொண்டிருக்கிறது."

"என்ன சொல்கிறாய், அமைச்சர் பறவையே ! நம் காட்டில் பிரச்சனையா? என்று சிங்கம் கேட்டது.

"ஆம் ராஜாவே! நாளுக்கு நாள், நம் காட்டில் உள்ள மரங்களின் எண்ணிக்கை மர்மமான முறையில் குறைந்துகொண்டே இருக்கிறது. இதனால் நிறைய பறவைகள் கூடு கட்ட இடம் இல்லாமல் தவிக்கின்றன. இந்த நிலை தொடர்ந்தால் நம் காட்டில் மரங்களே இல்லாமல் போய்விடும். இந்த மரங்கள் எப்படி காணாமல் போகின்றன என்று கண்டுபிடிக்க வேண்டும்."

அப்போது சிங்க ராஜா சொன்னது, "சரி! நான் எல்லோரையும் நாளை காலையில் விசாரணைக்கு அழைக்கிறேன்." உடனே சிங்கம், கரடியை அழைத்து செய்தியை சொல்லி அனுப்பியது.

கரடி நடுக்காட்டிற்குள் சென்று, "டும், டும், டும்" "எல்லோரும் கவனமாக கேளுங்கள். சிங்கராஜா, நம்ம எல்லோரையும் நாளை காலை குகைக்கு முன்னால் வரும்படி ஆணையிட்டுள்ளார். எல்லோரும், தவறாமல் வந்து விடுங்கள்" என்று சொன்னது.

அடுத்த நாள் பொழுது விடிந்தது. ராஜாவின் ஆணையை யாராவது மீற முடியுமா! அதனால் எல்லா விலங்குகளும், பறவைகளும் குகைக்கு முன்னால் வந்து ஆர்வமாகக் காத்துக் கொண்டிருந்தன.

சிங்கம் கர்ஜித்துக்கொண்டே வெளியே வந்தது. அனைவரும், "ராஜாவுக்கு வணக்கம்!" என்று சொன்னார்கள்.

உடனே சிங்கம், "வணக்கம்! வணக்கம்! என்ன செய்தி என்றால், நம் காட்டில் நாளுக்கு நாள் மர்மமான முறையில் மரங்களின் எண்ணிக்கை குறைந்துகொண்டே வருகிறது. அதற்குத் தீர்வு காணவேண்டும். யாருக்காவது இதைப் பற்றித் தெரியுமா?" என்று கேட்டது.

அப்போது ஒரு புலிக்குட்டி கையை உயர்த்தி, "நான் நேற்று காலையில் என் நண்பனுடன் விளையாடச் சென்று கொண்டிருந்தபோது ஒரு நடமாடும் மரத்தைக் கண்டு வியந்துபோனேன். அதைப் பின்தொடர்ந்தபோது, அந்த நடமாடும் மரம் இன்னொரு பெரிய மரத்திடம் சென்று ஒரு கோடரியை எடுத்து மரத்தை துண்டு துண்டுகளாக வெட்டி எடுத்துச் சென்றது. நான் கூச்சலிட்டால், அந்த நடமாடும் மரம் என்னையும் வெட்டி விடும் என்று பயந்து யாரிடமும் சொல்லவில்லை" என்று சொன்னது.

அப்போது யானை, ஒட்டகச்சிவிங்கி, குரங்கு மற்றும் பாண்டா, "நாங்களும் இந்த நடமாடும் மரத்தைப் பார்த்திருக்கிறோம். ஆனால், மரத்தை வெட்டுவதைப் பார்த்ததில்லை..." என்று கூறின.

அதற்கு சிங்கம், "சபாஷ் புலிக்குட்டி! என்னுடைய வேலையை நீ மிகவும் எளிதாக்கி விட்டாய்" என்று சொன்னது. அனைவரும் சேர்ந்து ஒரு திட்டம் தீட்டினார்கள்.

''நாளைக்கு யாரேனும் அந்த நடமாடும் மரத்தைப் பார்த்தால், உடனே யானையிடம் வந்து தகவல் சொல்லவேண்டும். யானை, உடனே அங்கு சென்று அந்த நடமாடும் மரத்தை தன் தும்பிக்கையால் கட்டித் தூக்கிக்கொண்டு என்னிடம் வரவேண்டும்" என்று சொன்னது.

அதேபோல், அடுத்த நாள் நடந்தது. உடனே சிங்கம் அந்த நடமாடும் மடத்தைப் பார்த்துக் கேட்டது, "நீ யாரு? எதற்காக காட்டில் உள்ள மரத்தை வெட்டுகிறாய்?" நடமாடும் மரம், வேறு வழியின்றி பயந்த குரலில் மேலே போர்த்தியிருந்த இலை போர்வையை எடுத்து, "நான் ஒரு மனிதன்" என்று சொன்னான்.

சிங்கம் கோபத்துடன், "முட்டாள் மனிதா! எதற்கு இப்படி செய்கிறாய்?" என்று கர்ஜித்தது. "எனக்கு எந்தத் தொழிலும் தெரியாது. அதனால்தான் இந்த மரங்களை வெட்டி எடுத்துச் சென்று, அதில் வரும் வருமானத்தில் வாழ்கிறேன்" என்று சொன்னான்.

"நீ மரத்தை வெட்டுவதால், பறவைகளும், மிருகங்களும் இருக்க இடமின்றி, உண்ண உணவின்றி கஷ்டப்பட வேண்டியிருக்கிறது. இது எங்களுக்கு மட்டும் உண்டான பிரச்னை அல்ல; உன்னைப் போன்ற மனிதர்களுக்கும் பிரச்னைதான்! மரத்தை வெட்டுவதால் மழை பொழிவு குறையும். அதனால் பூமி வெப்பமயமாகி பனிப்பாறைகள் அனைத்தும் உருகி, கடல் மட்டம் உயர்ந்து மோசமான விளைவுகள் ஏற்படும். அனைத்து உயிர்களுக்கும் சுவாசிப்பதற்குக் காற்று இன்றி தவிக்க வேண்டும்" என்று சொன்னது.

"ராஜாவே! நான் படிப்பறிவு இல்லாதவன். எனக்கு இதைப் பற்றி எல்லாம் தெரியாமல், இவ்வளவு காலம் மரத்தை வெட்டி பெரும் ஆபத்தை உண்டாக்கக் காரணமாக இருந்திருக்கிறேன். என் செயலுக்காக நான் வருந்துகிறேன். இப்போது நான் நன்றாகப் புரிந்துகொண்டேன். என்னை அனைவரும் மன்னித்துவிடுங்கள். நான் வேறு தொழில் செய்து

பிழைத்துக்கொள்கிறேன்” என்று சொன்னான். அனைவரும் அந்த மனிதனை மன்னித்து, நிறைய பழங்களைப் பரிசாகக் கொடுத்து அனுப்ப அவனிடம் வந்தார்கள்.

அப்போது, புலிக்குட்டி, “நீ வெட்டிய மரங்களுக்கு ஈடாக நிறைய மரக்கன்றுகளை இந்தக் காட்டில் நடுவேன் என்று வாக்களித்தால் மட்டுமே நான் உன்னை விடுவேன்” என்று எதிர்த்து நின்றது. ‘இதுவும் நல்ல அறிவுரைதான்’ என்று நினைத்த அந்த மனிதன், ‘‘கண்டிப்பாகச் செய்து விடுகிறேன்’’ என்று உறுதியளித்தான். அனைத்து விலங்குகளும் மகிழ்ச்சியுடன் அந்த மனிதனை அனுப்பி வைத்தார்கள்.

இந்தக் கதையைக் காணொளி வடிவில் பார்க்க இங்குள்ள QR கோடினை ஸ்கேன் செய்யவும்.

எழுதியவர் : ஸ்ரீநிதி பிரபாகர்
அபுதாபி, வயது : 11
ஐந்தாம் வகுப்பு

ஸ்ரீநிதி பிரபாகர், ஈரோட்டை சொந்த ஊராகக் கொண்டவர். தற்போது அபுதாபியில் ஐந்தாம் வகுப்பு படித்து வருகிறார். இதற்கு முன் மற்ற குழந்தைகளுடன் சேர்ந்து 3 புத்தகங்களை எழுதியுள்ளார். புத்தகங்கள் படிப்பது, எழுதுவது மற்றும் கதை சொல்லுவது மிகவும் பிடிக்கும். ஓவியம் வரைதல், வண்ணம் தீட்டுதல் மற்றும் கலைப்பொருட்கள் செய்தல் ஆகியவற்றிலும் அதிக ஆர்வமுடையவர். போட்டிகளில் கலந்துகொண்டு பல பரிசுகளைப் பெற்றுள்ளார்.

இந்த ஆண்டிற்கான ‘ஜூனியர் ஹெட் கேர்ள்’ என்ற பட்டத்தை பள்ளியில் பெற்றுள்ளார். கதைகள் எழுதுவதற்காக தனது சொந்த இணையதளத்தை (juniorstory.com) நிர்வகித்து வருகிறார்.

06. யூனிகார்ன் பந்தயம்

இனியா பிரபாகர் வயது : 6

அடர்ந்த மேகங்களுக்கு இடையில் ஒரு அழகான யூனிகார்ன் கிராமம் இருந்தது. நிறைய யூனிகார்ன்கள் அங்கு வாழ்ந்து வந்தன. அதில் 'ரோஸி, ரெயின்போ' என்று இரண்டு மந்திர யூனிகார்ன்களும் அங்கு இருந்தன. மந்திர யூனிகார்ன்களால் ஒரு இடத்திலிருந்து மற்றொரு இடத்திற்குப் பறந்து செல்ல முடியும்.

திடீரென்று மேகங்களுக்கு இடையில் 'டம் டம் டம், டம் டம் டம்' என்று சத்தம் கேட்டது. அனைத்து யூனிகார்ன்களும், 'ராணி யூனிகார்ன் ஏதோ சொல்லப் போகிறது' என்று உற்று நோக்கத் தொடங்கின.

ஒய்யாரமாக ஒரு மேகத்தில் அமர்ந்து வந்த ராணி யூனிகார்ன், "இன்னும் ஒரு மாதத்தில் நம்முடைய கிராமத்தில் திருவிழா நடக்கப்போகிறது. நான்கு போட்டிகள் நடக்க இருக்கின்றன. போட்டியின் முடிவில் அதிக மதிப்பெண் பெறுபவர்களுக்கு 'மிஸ் யூனிகார்ன்' என்ற பட்டம் வழங்கப்படும். அனைவரும் நல்ல பயிற்சி எடுத்துக் கொண்டு, மகிழ்ச்சியுடன் போட்டிக்குத் தயாராகுங்கள்!" என்று சொன்னது.

திருவிழா என்றாலே அனைவருக்கும் சந்தோசம்தான். அங்கிருந்த அனைவரும் துள்ளிக்குதித்து, "ஐ... ஜாலி, ஜாலி" என்று கூச்சலிட்டு சந்தோசத்தை வெளிப்படுத்தினார்கள்.

ரோஸி, இதைக் கேட்ட அந்த நாளிலிருந்தே பயிற்சி செய்ய ஆரம்பித்தது. நல்ல ஆரோக்கியமான உணவு வகைகளையும் எடுத்துக்கொண்டது. ரெயின்போ, 'இன்னும் நிறைய நாள் போட்டிக்கு இருக்கிறது. அதோடு, நான்தான் இங்கு பார்ப்பதற்கு அழகாகவும், அறிவாகவும் இருக்கிற ஒரே யூனிகார்ன்' என்று கர்வத்துடன் தனக்குத்தானே பெருமைப்பட்டுக் கொண்டது.

அதோடு நிறைய துரித உணவு வகைகளையும் எடுத்துக் கொண்டது.

போட்டிக்கு ஒரு சில நாட்களே இருந்த நிலையில், ரெயின்போ பயிற்சியைத் தொடங்கியது. "நான்தான் மிக அழகு, நான்தான் கண்டிப்பாக மிஸ் யூனிகார்ன் ஆகப்போகிறேன்" என்று கர்வத்துடன் அனைவரிடமும் சொல்லி வந்தது.

திருவிழாவும் தொடங்கியது. அனைவரும் துள்ளிக் குதித்து நடனமாடினார்கள். போட்டிகளும் ஆரம்பித்தன.

முதல் போட்டியான அழகுப் போட்டியில் ரெயின்போ சொன்னதைப்போல் சற்று அதிக மதிப்பெண்களைப் பெற்றது.

உடனே, அங்கிருந்த அனைத்து யூனிகார்ன்களையும் கிண்டல் அடித்தது. இரண்டாவது போட்டி என்னவென்றால், அந்த யூனிகார்ன் கிராமத்தை ஒரு முறை வலம் வந்து அந்த போட்டி இடத்தை ஓடியோ அல்லது பறந்தோ வந்தடைய வேண்டும்.

ரோஸியும், ரெயின்போவும் பறக்க முடியும் என்பதால் மற்ற ஓடிவந்த யூனிகார்ன்களை விட மிக சீக்கிரமாகப் பறந்து வந்து நிறைய மதிப்பெண்களைப் பெற்றன. ரெயின்போவுக்கோ கர்வம் தாங்க முடியவில்லை. “நான் சொன்னேன் இல்ல, பயிற்சி எல்லாம் தேவை இல்ல, நான்தான் மிஸ் யூனிகார்ன் பட்டம் பெறப்போகிறேன்” என்று திரும்பவும் தம்பட்டம்

அடிக்க ஆரம்பித்தது. ரோஸி அமைதியாக நின்று பார்த்துக் கொண்டிருந்தது.

மூன்றாவது போட்டியான நீளம் தாண்டுதலில் நல்ல பயிற்சி எடுத்துக்கொண்ட ரோஸி அதிக மதிப்பெண்களைப் பெற்றது. இதனால், ரெயின்போ மிகவும் சோர்வடைந்து அழத் தொடங்கியது. ரோஸி அதை சமாதானப் படுத்தியது. "அடுத்தமுறை, நீயும் என்னுடன் நன்றாகப் பயிற்சி செய்!" என்று சொல்லியது.

அதற்கு ரெயின்போ, "நீ ஜெயித்த கர்வத்துடன் பேசுகிறாய்" என்று ஆத்திரமடைந்து கத்தியது. நான்காவது போட்டியை எதிர்நோக்கி இருந்த நிலையில், ரோஸி வெற்றி பெற்றதாக அறிவிக்கப்பட்டது. 'நான்காவது போட்டியே அறிவிக்கப்படவில்லையே!' என்று அனைவரும் ஆச்சரியத்தில் இருந்தபோது, ராணி யூனிகார்ன் சொன்னது...

"நான்காவது போட்டி, ஒரு மறைமுகமான போட்டி. அதாவது, யார் அதிக அன்புடனும் பொறுமையுடனும் இந்த போட்டியில் கலந்து கொள்கிறார்கள் என்பதுதான். அதனால் ரோஸிதான் அதிக மதிப்பெண்கள் பெற்று "மிஸ் யூனிகார்ன்" பட்டத்தைப் பெறுகிறார்!" என்று சொல்லியது.

அனைவரும் ரோஸியைத் தூக்கிக் கொண்டாடினார்கள். ரெயின்போவும் தன் கர்வத்தை உணர்ந்து, மனம் மாறி, மகிழ்ச்சியாகத் திருவிழாவைக் கொண்டாடியது. திருவிழாவும் களைகட்டியது.

இந்தக் கதையைக் காணொளி வடிவில் பார்க்க இங்குள்ள QR கோடினை ஸ்கேன் செய்யவும்.

எழுதியவர் : **இனியா பிரபாகர்**

அபுதாபி , வயது : 6

வகுப்பு: KG2

ஸ்ரீநிதி பிரபாகர், ஈரோட்டை சொந்த ஊராகக் கொண்டவர். தற்போது அபுதாபியில் ஐந்தாம் வகுப்பு படித்து வருகிறார். இதற்கு முன் மற்ற குழந்தைகளுடன் சேர்ந்து 3 புத்தகங்களை எழுதியுள்ளார். புத்தகங்கள் படிப்பது, எழுதுவது மற்றும் கதை சொல்லுவது மிகவும் பிடிக்கும். ஓவியம் வரைதல், வண்ணம் தீட்டுதல் மற்றும் கலைப்பொருட்கள் செய்தல் ஆகியவற்றிலும் அதிக ஆர்வமுடையவர். போட்டிகளில் கலந்துகொண்டு பல பரிசுகளைப் பெற்றுள்ளார்.

இந்த ஆண்டிற்கான 'ஜூனியர் ஹெட் கேர்ள்' என்ற பட்டத்தை பள்ளியில் பெற்றுள்ளார். கதைகள் எழுதுவதற்காக தனது சொந்த இணையதளத்தை (juniorstory.com) நிர்வகித்து வருகிறார்.

07. மெய்நிகர் உலகம்

அனுபிரபா அரவிந்தன் வயது : 19

காட்டு மரங்களைவிட உயரமான கட்டடங்களைக் கொண்ட நகரம் ஒன்று அருகில் இருக்கிறது. ஐந்து வயதுடைய சிறுவன், தமிழ். 19வது மாடியில், காட்டிற்கு அருகில் உள்ள உயரமான கட்டிடம் ஒன்றில் வசிக்கிறான்.

அவனுடையப் பெற்றோர் வேலைக்குச் சென்றுவிடுவார்கள்; அவன் வீட்டில் தனியாக இருப்பான். 'நகரத்திலிருந்து விலகி, காட்டில் இயற்கையுடன் வாழ்வது எப்படி?' என்று அவன் எப்பொழுதும் எண்ணிக்கொண்டே இருப்பான்.

ஒரு நாள், அவன் தன் நண்பனான கதிரைத் தன் வீட்டுக்கு அழைக்கிறான். அவர்களுக்குப் பிடித்த கார்ட்டூனைப் பார்த்து விளையாடிக்கொண்டே இருக்கிறார்கள். அவன் கதிரிடம், இயற்கையின் அரிதான தருணங்களைக் கேமரா மூலம் படம்பிடிக்க வேண்டும் என்ற தனது விருப்பத்தைப் பற்றி விவரிக்கிறான். உடனடியாக இருவரும் அவனது வீட்டில் கேமராவைத் தேடுகிறார்கள். அவன் தனது தந்தையின் அலமாரியைத் திறந்து DSLR கேமரா இருந்த ஒரு பெட்டியை எடுக்கிறான். இருவரும் அதை எடுத்துக் கொண்டு அருகில் உள்ள காட்டிற்குள் செல்கின்றனர்.

அங்கு சென்றதும், பறவைகள் கீச்சிடுவதைக் கண்டு, சிறிது நேரம் அதைக் கேட்டுக்கொண்டிருந்தனர். இரண்டு அணில்கள் தங்கள் உணவை எடுத்துக்கொண்டு, அவர்கள் நிழலுக்காக அமர்ந்திருந்த மரத்தை நோக்கி ஓடி வருவதைப் பார்த்தார்கள். தமிழ் தனது கேமராவை எடுத்து அவற்றைப் படம்பிடித்தான்.

அவன் எடுத்த புகைப்படத்தைத் திறக்கிறான். என்ன ஆச்சரியம்? எதிரே இருந்த அணில்கள் மறைந்து, கேமராவுக்குள் சென்றுவிட்டன. தான் எடுத்தப் படத்தைப் பார்த்து

ரசிக்கிறான். அதன்பின் அவன் கதிரிடம் மரத்தடியில் நின்று தன்னைப் படம்பிடிக்குமாறு கேட்கிறான். கதிர் படம்பிடித்து விட்டு, அந்தப் புகைப்படத்தைத் தமிழிடம் காட்ட, தமிழைத் தேடுகிறான். ஆனால், அவனைக் காணவில்லை. சூரியன் மெதுவாக மறைய ஆரம்பித்தது. கதிர் அச்சத்துடன் கேமராவைக் கீழே போட்டுவிட்டு, அவனது வீட்டுக்கு ஓடுகிறான்.

மரத்தின் மீது, ஒரு அணில்குட்டி இருந்தது, அது இருட்டுவதற்குள் திரும்பி வருவதாக உறுதியளித்த பெற்றோருக்காகக் காத்திருந்தது. தனியாகவும் பயமாகவும் இருப்பதால், மெதுவாக மரத்திலிருந்து இறங்குகிறது; தரையில் கேமராவைப் பார்க்கிறது. அதை எடுத்து கடைசி புகைப்படத்தைப் பார்க்கிறது. அதில் ஒரு சிறுவன் இருக்கிறான். அடுத்தப் புகைப்படத்தில், தனது பெற்றோரைக் காண்கிறது. அணில்குட்டி சுற்றித் தேடியது, ஆனால் யாரும் அங்கு இல்லை.

அடுத்த நாள், அவனது பெற்றோர் மகனைத் தேடி வருகிறார்கள். குட்டி அணில் கேமராவை எடுத்துக்கொண்டு தமிழுடைய படத்தைக் காட்டுகிறது. அம்மா அழத் தொடங்குகிறாள்; அப்பா குழந்தை அணிலுக்கு கேமராவைப் பற்றி விளக்குகிறார்...

“இந்தக் கேமரா ஒரு வகையானது. இந்தக் கேமராவில் பிடிபட்டவர் கேமராவிற்குள், ஒரு மெய்நிகர் உலகத்திற்கு நகர்வார்கள்... வெளியேற வழி இல்லை.” இதைக் கேட்டு அணில்குட்டி அழுகிறது.

தமிழின் பெற்றோர் அணில்குட்டியைத் தங்களோடு எடுத்துச் சென்று கவனித்துக்கொள்கிறார்கள். ஆனால், அணில்குட்டி தனது பெற்றோரைப் பிரிந்து வாடுகிறது. மகனைத் திரும்பப் பெற முடியாவிட்டாலும், அணில்குட்டியை அதன் பெற்றோருடன் அனுப்புவதே சிறந்தது என்று தந்தை நினைக்கிறார்.

குட்டி அணிலை எதிரே நிற்கவைத்து, அதன் அனுமதியுடன் அந்தக் கேமரா மூலம் படம் எடுக்கிறார். தன் பெற்றோருடன் மெய்நிகர் உலகில் குட்டி அணில் இணைகிறது.

மெய்நிகர் உலகில் உலகெங்கும் உள்ளவர்கள், அதிலும் பல்வேறு காலகட்டங்களையும் சேர்ந்தவர்கள் நிறைந்து இருப்பதால், தமிழ் தனக்கு எங்கெல்லாம் யாருடனெல்லாம் இருக்க விருப்பமோ அங்கெல்லாம், அவர்களுடனெல்லாம் வாழ்ந்து மகிழ்கிறான். தமிழின் பெற்றோரும் தங்கள் மகன் விரும்பும் இடத்தில் மகிழ்ச்சியாக இருப்பதை ஏற்றுக்கொள்கிறார்கள்.

இந்தக் கதையைக் காணொளி வடிவில் பார்க்க இங்குள்ள QR கோடினை ஸ்கேன் செய்யவும்.

எழுதியவர் : அனுபிரபா அரவிந்தன்
ஓமன், வயது : 19
கல்லூரி முதல் வருடம்

கோவையில், *2004* ஆம் ஆண்டு பிறந்தார். நிஸ்வா, ஓமான் நாட்டிற்கு, *2015* ஆம் ஆண்டு வந்தார். தமிழ் மீது கொண்ட ஆர்வத்தால், தமிழ் இணையக் கல்விக்கழகம் நடத்தும் (மேற்சான்றிதழ் தேர்வு) (நிலை I) தேர்வு எழுதி தேர்ச்சி பெற்றுள்ளார். வள்ளுவன் வழி இணையப்பள்ளி வாயிலாக திருக்குறள் பயின்றார். மேலும் திருக்குறள் ஒப்புவித்தல், இணைய வழியாக நடைபெறும் தமிழ் பேச்சுப் போட்டிகளில் பரிசுகள், சான்றிதழ்கள் பெற்றுள்ளார். கிட்ஸ் தமிழ் ஸ்டோரி சிறார் குழுவில் செயல் உறுப்பினராக இருக்கிறார். ஓவியம், தையல் கலை மற்றும் கைவினைப் பொருட்கள் செய்தல் ஆகிய கலைகளில் மிகுந்த ஆர்வம் கொண்டவர். இவர் எழுதியுள்ள சிறுகதை இடம்பெற்ற புத்தகம் ‘பேனா பிடித்த நட்சத்திரங்கள்’.

08. நான் சிரித்தால்

அனிருதன் அரவிந்தன் வயது : 13

அம்மா, அப்பா, ராகவ் மற்றும் ராகவி ஆகிய நான்கு பேர் கொண்ட ஒரு குடும்பம், ஒரு நாள் கடற்கரைக்குச் சுற்றுலா செல்ல முடிவு செய்தது. கடற்கரையை அடைந்ததும், இரண்டு குழந்தைகளும் மணலில் விளையாட விரும்பினர். விளையாடிக் கொண்டிருந்தபோது, பெரிய அலை ஒன்று அவர்களை இழுத்துச் சென்றது.

அம்மாவும் அப்பாவும் அதிர்ச்சியடைந்து அவர்களைத் தேட ஆரம்பித்தனர். ராகவும் ராகவியும் ஒரு இடத்தில் எழுந்தனர் நீருக்கடியில் இருப்பதாக உணர்ந்தனர். சிறிது நேரம் கழித்து ராகவி அழ ஆரம்பித்தாள். ராகவ் அவளை சமாதானப்படுத்தி, “வா ராகவி, அழுகையை நிறுத்து, குகையைத் தேடலாம்“ என்றான். ராகவி சம்மதிக்க இருவரும் குகையை ஆராய ஆரம்பித்தனர்.

அவர்கள் சிரிக்கும் ஒரு பெரிய புழுவைப் பார்க்கிறார்கள். அது தொடர்ச்சியாகச் சிரித்தபடி, “ஹாஹா! நீங்கள் யார்? ஹாஹா! நீங்கள் என் நகைச்சுவைக்குச் சிரிக்கவில்லை என்றால் நான் உங்களை விழுங்கிவிடுவேன், ஹாஹா!!” என்று சொல்லிவிட்டுப் போய்விட்டது.

அப்போது ஒரு வயதான புழு வந்து, “இந்தப் புழு எப்பொழுதும் இப்படித்தான் சிரித்துக்கொண்டே இருக்கும். இதற்கு மருந்தே இல்லை. மேலும் நீங்கள் யார் குழந்தைகளா?” என்று கேட்டது. ராகவ்வும் ராகவியும் எப்படி அங்கு வந்தோம் என்று சொல்கிறார்கள். வயதான புழு சொல்கிறது “வெல்கம் புக்கா நகர்”.

ராகவ்வும் ராகவியும் குகையில் சுற்றித் திரிந்தார்கள். சிறிதுநேரத்தில் சிரிக்கும் புழு தம்மை நோக்கி வருவதைப் பார்த்தார்கள். அது, அவர்களிடம் வந்து ஒரு ஜோக் சொல்லியது. இருவருக்கும் சிரிப்பு வரவில்லை. ஏனென்றால் அந்த ஜோக்கில் நகைச்சுவையே இல்லை.

சிரிக்கும் புழுவிற்குக் கோபம் வந்தபோதும், இவர்கள் இருவரும் புதியவர்கள் என்பதால் இன்னொரு வாய்ப்பு கொடுக்க எண்ணியது. இரண்டாவது ஜோக்கை அவிழ்த்துவிட்டது. “விமானங்கள் ஏன் வானில் பறக்கின்றன?”

குழந்தைகள் இருவரும் “தெரியாது” என்றனர்.

புழு, “ஏனெனில் பறக்கவில்லை என்றால் விமானம் கீழே விழுந்துவிடுமே!” என்று சொல்லிவிட்டு மீண்டும் கபகபவென்று சிரித்தது.

குழந்தைகள் மௌனமாக நின்றனர். அவர்கள் தன் இரண்டாவது ஜோக்கிற்கும் சிரிக்கவில்லை என்று வெகுண்டெழுந்த புழு, இருவரையும் விழுங்கியேவிட்டது.

இப்போது ராகவ்வும் ராகவியும் புழுவின் வயிற்றில் இருந்தனர். அங்கே, புழுவின் வயிற்றுக்குள் ஏதோ அசைவதைக் கண்டார்கள். அதன் அருகில் சென்று பார்த்தபோது ஒரு சிறு புழு அசைவதைக் கண்டனர்.

“நீ எப்படி இங்கு வந்தாய்?” என்று கேட்டார்கள். அதற்கு அந்த சிறு புழு, “புழுவின் நகைச்சுவைக்கு நான் சிரிக்கவில்லை என்பதால், அது என்னை விழுங்கியது. அன்றிலிருந்து நான் இங்கே இருக்கிறேன்” என்றது.

ராகவி, “புழு வயிற்றில் இருந்து தப்பிக்க வழி தேடலாம்“ என்றாள். சிறு புழுவும், ராகவும், ராகவியும். சிரிக்கும் புழுவின் வாய் வழியே தப்பினர்.

அவர்கள் வெளியே வந்த பிறகு, புழு சிரிப்பதை நிறுத்தி விட்டது.

ராகவி “புழு சிரிச்சதுக்குக் காரணம் இப்பத்தான் தெரிஞ்சுது, அதுக்கு முன்னாடி குப்புறப் படுத்திருந்த புழு வயிற்றில் சின்னப் புழு நெளிந்து புழுவைச் சிரிக்க வைத்தது” என்றாள். உதவிய ராகவ் மற்றும் ராகவிக்கு அனைவரும் நன்றி தெரிவித்தனர்.

புழு “இன்னும் ஒரு ஜோக் சொல்லட்டுமா?” என்று ஆர்வத்துடன் கேட்டது. இருவரும் “ஐயய்யோ, வேணாம்’’ என்று கத்தினார்கள்.

பின்னர் ராகவ் மற்றும் ராகவி ஒரு படகில், அவர்களது பெற்றோர் தேடும் கரைக்குச் சென்றார்கள். பெற்றோர் மகிழ்ச்சியில் அவர்களை அணைத்துக்கொண்டனர். ஒரு பெரிய சாகசத்தை மேற்கொண்ட மகிழ்ச்சியுடன் குழந்தைகள் இருவரும் வீடு திரும்பினர்.

இந்தக் கதையைக் காணொளி வடிவில் பார்க்க இங்குள்ள QR கோடினை ஸ்கேன் செய்யவும்.

எழுதியவர் : அனிருதன் அரவிந்தன்

ஓமன், வயது : 13

எட்டாம்வகுப்பு

திருச்சியில், *2009* ஆம் ஆண்டு பிறந்த அனிருதன், கோவையில் வசித்து வந்தார். தனது தந்தை பணி நிமித்தமாக நிஸ்வா, ஓமான் நாட்டிற்கு, *2015* ஆம் ஆண்டு வந்தார். தமிழ் மீது கொண்ட ஆர்வத்தால், தமிழ் இணையக் கல்விக்கழகம் நடத்தும் (சான்றிதழ் தேர்வு) இடைநிலைத் தேர்வு எழுதி தேர்ச்சி பெற்றுள்ளார்.

வள்ளுவன் வழி இணையப்பள்ளி வாயிலாக திருக்குறள் பயின்று வருகிறார். மேலும் திருக்குறள் ஒப்புவித்தல் போட்டிகளில் பரிசுகள் சான்றிதழ்கள் பெற்றுள்ளார். இணைய வழியாக நடைபெறும் தமிழ் பேச்சுப் போட்டிகளில் பரிசுகள் பல பெற்றுள்ளார். கிட்ஸ் தமிழ் ஸ்டோரி சிறார் குழுவில் செயல் உறுப்பினராக இருக்கிறார். எழுதியுள்ள சிறுகதை இடம்பெற்ற ‘புத்தகம் பேனா பிடித்த நட்சத்திரங்கள்’.

09. நெகிழி பூதம்

ச.ச.சுபவர்ஷினி வயது : 10

அது ஒரு பொன் மாலைப்பொழுது. பள்ளி விடும் நேரத்தில், பழனிச்சாமி தாத்தா பள்ளிக்கு வந்தார். பள்ளியில் படிக்கும் நான்காம் வகுப்பு 'இ' பிரிவு மாணவர்களை வெளியே அழைத்துச் சென்றார்.

ப்ரியா,"யார் இந்தத் தாத்தா?" என்று கேட்டாள். அதற்கு முத்து, "இவர் என்னுடைய தாத்தா" என்றான். ப்ரியா மறுபடியும் "தாத்தா! தாத்தா! எங்களை எங்க கூட்டிட்டுப் போறீங்க? எதுக்குக் கூட்டிட்டுப்போறீங்க? ஏன் கூட்டிட்டுப் போறீங்க?" என்றாள்.

தாத்தா, "அது இரகசியம், அதை நான் இப்பொழுது சொல்ல மாட்டேன். போகப் போக உங்களுக்கே தெரியும்" என்றார்.

ப்ரியா அமைதியாக நடையைத் தொடர்ந்தாள்.

"என்னங்க தாத்தா இவ்ளோ சர்ப்ரைஸ் வச்சுக்கிட்டே இருக்கறீங்களே!" என்றான் முத்து.

"உங்களுக்கே தெரிய வரும், கொஞ்சம் பொறுமையா இருங்க" என்றார் தாத்தா.

அப்படியே நடந்து வரும் போது தூரத்தில் கடல் தெரிந்தது. எல்லாரும் குடுகுடு என்று கடலை நோக்கி ஓடினார்கள்.

கடலைப் பார்த்ததும் ரொம்ப குஷியாகிவிட்டது எல்லார்க்கும். எல்லாக் குழந்தைகளும் கடற்கரை மணலில் சிறிது நேரம் விளையாண்ட பின் தாத்தா கூப்பிடும் சத்தம் கேட்டது.

செல்வி, "எல்லாரும் வாங்க... தாத்தா கூப்பிடும் சத்தம் கேட்கிறது" என்றாள். முத்து, "ஆமாம் ஆமாம் எனக்கும் கேட்கிறது வாருங்கள் போகலாம்" என்றான். எல்லாரும் தாத்தாவிடம் ஓடிப்போய் நின்றார்கள்.

“குழந்தைகளா நாம் எல்லாரும் ஒன்று சேர்ந்து ஏதாவது செய்யலாம் வாருங்கள்” என்றார் தாத்தா. “யாருக்கு யோசனை தோணுதோ என் பக்கத்தில் வந்து சொல்லுங்க” என்று சொன்னார்.

பிரியா தாத்தா பக்கத்தில் வந்து, ‘‘தாத்தா! தாத்தா! நாம் இந்தக் கடலில் குளிக்கலாமா?’’ என்று கேட்டாள். தாத்தா “ஓ! குளிக்கலாமே” என்று சொன்னார். எல்லாரும் மகிழ்ச்சியாகக் குளிக்கலாம் என்று கூட்டமாகச் சென்றார்கள்.

அப்போது தாத்தா, “இப்படி எல்லாம் போகக் கூடாது... வரிசையாகச் செல்லுங்கள்'' என்று சொல்லி வரிசைப் படுத்தினார்.

வரிசையில் முதலில் இருந்தது ரோஸி, ஆனால் அவளுக்குத் தண்ணீரில் காலை வைப்பதற்கே பயம். ஏனென்றால்

தண்ணிக்குள் நெகிழி பூதம். "தாத்தா தாத்தா எனக்குப் பயமாக இருக்கு!" என்று கத்தினாள் ரோஸி.

"எனக்கும்தான் தாத்தா, எனக்கும்தான், எனக்கும் தான்" என்று அடுத்தடுத்துக் கத்தினாங்க.

"ஏன்மா, உங்களுக்குத் தண்ணீர்னா பயமா?" என்றார் தாத்தா. "இல்லைங்க தாத்தா உள்ள நெகிழி பூதம் கால் வைக்கவே பயமா இருக்கு ஒரே குப்பையா இருக்கு" என்றாள் ரோஸி.

தாத்தா, “அது நெகிழி குப்பைமா; பூதம் எல்லாம் இல்லை, நமக்கு அதை நீக்க ஒரு வழி இருக்கு” என்றார்.

“அப்படியா, என்ன வழி சொலுங்க தாத்தா” என்று ஸ்ருதிகா கேட்டாள். தாத்தா சொன்னார், “நாம் ஒன்று சேர்ந்து இந்தக் குப்பையைச் சுத்தம் செய்தால் கடல் சுத்தம் ஆகிடும். அப்பறம் நாம் மகிழ்ச்சியாக விளையாடலாம்” என்றார்.

முத்து குறுக்கிட்டு, “தாத்தா எங்களை எதுக்காக இங்க கூட்டிட்டு வந்தீங்க? இன்னும் சொல்லவே இல்லயே?” என்று கேட்டான்.

“அது வா... பா...” என்று இழுத்தார் தாத்தா. “இழுக்காதீங்க தாத்தா’’ என்று சொன்னான் கண்ணன்.

“சொல்கிறேன் கேளுங்கள். நான்காம் வகுப்பு ‘இ’ பிரிவு மாணவர்கள் ஆகிய நீங்கள் மட்டும்தான் வகுப்பறையை அசுத்தமாக வைத்திருக்கீங்கனு டீச்சர் சொன்னாங்க. அதான் வகுப்பறையோடு நம்ம சுற்றுப்புறத்தையும் தூய்மையா வச்சுக்கணும்னு காமிக்கத்தான் இங்க கூட்டிட்டு வந்தேன்” என்று சொன்னார்.

‘‘அதுக்குத்தானா தாத்தா, இப்போ புரிஞ்சுது’’ அப்படினு எல்லாரும் சொல்லிட்டு சுத்தம் பண்ணக் கிளம்பிட்டாங்க.

இந்தக் கதையைக் காணொளி வடிவில் பார்க்க இங்குள்ள QR கோடினை ஸ்கேன் செய்யவும்.

எழுதியவர் : ச.ச.சுபவர்ஷினி

ஈரோடு, வயது : 10

ஐந்தாம் வகுப்பு

ஈரோடு மாவட்டத்தில் வசிக்கிறார். ‘அத்தினிக் காடு’ என்னும் சிறுவர் சிறுகதை நூலை எழுதி வெளியிட்டுள்ளார்.

கதைகள் இடம் பெற்றுள்ள நூல்கள் : ‘குட்டிமேகங்கள் தூவிய தூறல்கள்’, ‘காணாமல் போன சிறகுகள்’, சுட்டி யானை, தேன் சிட்டு, KTS ஆண்டுமலர் *(2021–2022)*.

வாங்கியுள்ள விருதுகள் : கவிமணி, எழுத்துச் சிற்பி, இளம் கதை சொல்லி, *2021*ஆம் ஆண்டுக்கான ‘தமிழ்நாடு முற்போக்கு கலை இலக்கிய மேடை’ விருது – State performer award in Abacus. ஓவியம் வரைதல், நடனம், பேச்சுப் போட்டியில் கலந்துகொள்வது இவரின் மற்ற திறமைகள்.

10. டோராவின் பிறந்தநாள் பரிசு

ஜெ. சி. நேகா வயது : 6

மதுரையில் ஓர் அழகான வீட்டில் டோரா, அவளோட அம்மா, அப்பா, மது அண்ணா, மஞ்சு அக்கா, சிட்டி தம்பி கூட மகிழ்ச்சியா வாழ்ந்து வந்தாங்க.

அன்னிக்கு ஞாயிற்றுக்கிழமை, பள்ளி விடுமுறை நாள். டோராவுக்கு பூங்கா போகணும்னு ரொம்ப ஆசையா இருந்துச்சு. அம்மா கிட்ட போய் பூங்காவுக்கு போலாமான்னு கேட்டாங்க. அம்மாவும் போகலாம்னு சொன்னாங்க.

உடனே டோரா வீட்டில் இருக்கும் எல்லாரையும் கிளப்பி அருகில் இருக்கும் பூங்காவுக்கு ஜாலியா போனாங்க. அங்கே பொரி, கலர் கலர் லைட் மினுக்கும் பலூன் மற்றும் பஞ்சுமிட்டாய் கடைகள் இருந்தன. டோரா பொரி வேணும்னு அப்பா கிட்ட கேட்டு எல்லாரும் வாங்கி சாப்பிட்டாங்க.

அப்புறம் குதிரை ராட்டினம், ரயில் வண்டி ராட்டினம்னு பல ராட்டினங்கள் பூங்காவில் இருந்துச்சு. டோராவுக்கு குதிரை ராட்டினத்தில போணும்னு ஆசை. நிறைய பசங்க அங்கேதான் கூட்டமா இருந்தாங்க.

டோரா அவளோட அண்ணா, அக்கா, குட்டித் தம்பியையும் கூட்டிட்டு போய் வரிசையில் நின்று காசு கொடுத்து சீட்டு வாங்கி குதிரை ராட்டினத்தில் ஏறி மகிழ்ச்சியாக சவாரி செய்தாங்க. அப்புறம் அனைவரும் வீட்டுக்கு போய் சாப்பிட்டு விட்டுத் தூங்கிட்டாங்க.

மறுநாள் டோராவுக்கு அவளோட அப்பா உண்டியல் பரிசாகக் கொடுத்தாங்க. டோராவுக்கு உண்டியலைப் பார்த்து மிகவும் மகிழ்ச்சியா இருந்துச்சு. டோரா, அவளோட பேக் பேகிலிருந்து காசு எடுத்து அப்பா தந்த உண்டியலில் தினமும் போட்டுக்கிட்டு வந்தாங்க.

ஒருநாள் தன்னோட பேக் பேகில் காசு தீர்ந்து போனதைப் பார்த்த டோரா, அதன்பிறகு அவளோட அப்பா கிட்ட காசு வாங்கி உண்டியலில் போட்டுட்டு வந்தாங்க . இப்படியே

தினமும் நடந்தது. கொஞ்ச நாள் கழித்து டோரா உண்டியலைத் திறந்து எல்லா காசுகளையும் எண்ணி எடுத்து வச்சிகிட்டாங்க.

எதுக்குன்னு தெரியுமா? மறுநாள் டோராவின் அப்பாவுக்குப் பிறந்தநாள். அப்பாவுக்கு ஏதாவது பரிசு வாங்கி கொடுக்கலாம்னு தான் உண்டியல் காசுகளை எடுத்தாங்க நம்ம டோரா பாப்பா. அப்பா, அம்மா கூட கடைவீதிக்குப் போனாங்க டோரா.

அங்கே அம்மா, அப்பாவுக்குத் தெரியாம ஒரு துணிக் கடைக்குள்ள மெதுவா ஒளிஞ்சிகிட்டுப் போனாங்க டோரா. அப்பாவுக்குப் பிறந்தநாள் பரிசாகக் கொடுப்பதற்காக, ஆரஞ்சு நிற சட்டையையும், பச்சை நிற பேன்ட்டையும் உண்டியல் காசைக் கொடுத்து வாங்கி, பேக் பேகில் யாருக்கும் தெரியாமல் வச்சிட்டாங்க. அப்புறம் அனைவரும் வீட்டுக்குப் போய்ட்டாங்க.

மறுநாள் டோராவின் அப்பாவுக்கு பிறந்தநாள் வந்தது. டோரா, அப்பாவைக் கூப்பிட்டு கண்ணை மூடச் சொன்னாங்க. அப்புறம் அப்பாவிடம் கண்ணைத் திறக்கச் சொல்லிட்டு, "டண் டண் டை ! இந்தாங்க பிறந்தநாள் பரிசு''ன்னு சொல்லி புதுச் சட்டை பேன்ட் கொடுத்தாங்க. டோரா பாப்பா, அதைப் பார்த்ததும் அவருக்கு மகிழ்ச்சியாக இருந்தது.

டோராவிடம், "சட்டை பேன்ட் அழகா இருக்கு ! எனக்கு ரொம்பப் பிடிச்சிருக்கு ! உண்டியல் பணத்தில் எங்களுக்குத் தெரியாம வாங்கிருக்கீங்களே! அருமை பாப்பா"ன்னு சொன்னாங்க அவளோட அப்பா.

அப்புறம் வீட்டிலேயே பிறந்தநாள் கொண்டாட்டம் நடந்தது. டோரா அவளோட அண்ணா, அக்காவுடன் சேர்ந்து செய்த சாக்லேட் கேக்கை எடுத்துட்டு வந்தாங்க. அப்பா கேக்கை வெட்டி பசங்க எல்லாருக்கும் ஊட்டி விட்டாங்க.

அங்கே வந்த எல்லா நண்பர்களும் டோராவின் குடும்பத்தினருடன் சேர்ந்து பிறந்தநாள் வாழ்த்து பாட்டுப் பாடினாங்க. அதைக் கேட்டு டோராவின் அப்பா ரொம்ப மகிழ்ச்சியானாங்க.

இந்தக் கதையைக் காணொளி வடிவில் பார்க்க இங்குள்ள QR கோடினை ஸ்கேன் செய்யவும்.

எழுதியவர் : ஜெ. சி. நேகா

கத்தார், வயது : 6

இரண்டாம் வகுப்பு

சேலத்தைச் சேர்ந்த இவர் கத்தாரில் வசிக்கிறார். ஐந்தே வயதில் எழுதியமைக்காக இந்தியாவின் இளம் எழுத்தாளர் 'ஜாக்கி உலக சாதனை'ப் புத்தகத்தில் இடம் பெற்றுள்ள இவர், இளம் கதை சொல்லி, இளம்பாரதி பேச்சாளர் , எழுத்துச் சிற்பி, புதுமைப்பித்தன், தூரிகைச்சிற்பி, பாலரவிவர்மா, வீரமங்கை வேலுநாச்சியார், குறளமுதம், சிறந்த பெண் மழலையர், கர்மவீரர் காமராஜர், கல்விச்சுடர், யாவரும் கேளிர் திறன் முகில், பல்கலைவித்தகர் ஆகிய விருதுகளை இதுவரை பெற்றுள்ளார்.

கதை சொல்லல், திருக்குறள் ஒப்பித்தல், ஆடல்,பாடல், ஓவியம், நடனம், மாறுவேடம், நாடகம் மற்றும் பட்டிமன்ற மேடைப் பேச்சில் அதிக ஆர்வம் கொண்டு பன்முகத்திறமையாளராக விளங்குபவர்.

இவரது கதைகளும் கவிதைகளும் படங்களும் பல சிறுவர் இதழ்கள் மற்றும் மின்னிதழ்களில் வந்துள்ளன. பேனா பிடித்த நட்சத்திரங்கள், குட்டி மேகங்கள் தூவிய தூறல்கள் உள்ளிட்ட சிறார் கதைப் புத்தகத்தில் சிறுகதையை எழுதியுள்ளார்.

11. தோள் கொடுத்த தோழிகள்!

ம.சுவாதிகா ஸ்ரீ வயது : 10

பூஞ்சோலை கிராமத்தில் கயல், சாரு மற்றும் மதி என்ற மூன்று சிறுமியர்களைப் பற்றி அறியாதவர்களே இல்லை எனக் கூறலாம். ஏனென்றால் அவர்கள் மூவரும் இணைபிரியாத பள்ளித் தோழிகள். அருகிலுள்ள நகரத்தில், தனியார் பள்ளியில் நான்காம் வகுப்பு படித்து வந்தனர்.

பள்ளி, படிப்பு, விளையாட்டு, சுற்றுலா என எங்கு சென்றாலும் சேர்ந்தே சென்று வருவார்கள். இவர்களால், அவர்களின் பெற்றோரும் நல்ல நண்பர்கள் ஆகியதால், மூவரின் குடும்பமும், நட்புக் குடும்பமாக மாறிவிட்டது என்றே சொல்லலாம்.

கிராமத்தில் உள்ள அரசுப் பள்ளியின் தரம் பற்றியும், அரசுப் பள்ளியில் பயிலும் மாணவர்களுக்கு, தமிழக அரசின் உயர்கல்வி உதவி திட்டம் பற்றியும் அறிந்த கயலின் பெற்றோர், கயலை கிராமத்திலுள்ள அரசுப் பள்ளிக்கு மாற்ற முடிவு செய்தனர்.

தன் தோழிகளைப் பிரிந்த வருத்தம் இருந்தாலும், பெற்றோரின் சொல்படி கயல், தன் கிராமத்தில் உள்ள அரசுப் பள்ளியில் ஐந்தாம் வகுப்பில் சேர்ந்து படிக்கத் தொடங்கினாள். புதிய வகுப்பில், யாழினி என்ற புதிய தோழியும் கிடைத்தாள்.

அதே நேரத்தில் பழைய பள்ளித் தோழிகளிடமும் அவ்வப்போது பேசி, விளையாடி அவர்களுடனான நட்பைத் தொடர்ந்து வந்தாள் கயல். அந்த ஆண்டு வந்த தன் பிறந்தநாள் விழாவிற்கு, கயல், தன் புதிய தோழி யாழினியையும் அழைத்திருந்தாள்,. அப்போது யாழினியை சாரு மற்றும் மதிக்கு, கயல் அறிமுகம் செய்து வைக்க, நெருங்கிய தோழிகளோடு யாழினியும் சேர்ந்து கொண்டாள். சில மாதங்கள் கடந்தன.

பள்ளி ஆண்டுத் தேர்வில், கயலும் யாழினியும் முதல் இரண்டு இடங்களைப் பிடித்து பரிசும், பாராட்டும் பெற்றனர்.

கயலின் படிப்பில் ஏற்பட்ட முன்னேற்றம், அரசுப் பள்ளியின் தரம் மற்றும் சலுகைகள் ஆகியவை பற்றி தெரிந்துகொண்ட சாரு மற்றும் மதியின் பெற்றோரும், அவர்களை அரசுப் பள்ளிக்கு மாற்றினர். தோழியர்கள் அனைவரும் ஒன்று சேர்ந்ததில் மிக்க மகிழ்ச்சி அடைந்தனர்.

ஒரு நாள் கயலின் வீட்டின் அருகில் இருந்த பூங்காவிற்கு தோழியர்கள் நால்வரும் விளையாடச் சென்றனர். சிறிது நேரம் கழித்து சாருவிற்கு தண்ணீர் தாகம் எடுக்கவே, வீட்டிற்குச் சென்று தண்ணீர் அருந்திவிட்டு தோழியர்களுக்கும் தண்ணீர் கொண்டு சென்றாள். பூங்காவிற்கு திரும்பும் வழியில் அழகான வெண்மை நிறம் கொண்ட முயல் குட்டி ஒன்று சாலையின் அங்கும் இங்கும் துருதுருவென ஓடிக்கொண்டு இருந்தது.

சாருவிற்கு முயல்குட்டி என்றால், கொள்ளைப் பிரியம்! எனவே, தண்ணீர் பாட்டிலை அருகிலுள்ள திண்ணையில் வைத்துவிட்டு, முயலைப் பிடிக்க ஓடினாள். இவள் துரத்த, முயல் குட்டி பயந்து ஓட, சாருவும் பின்தொடர்ந்து ஓடினாள். குட்டி முயல் மீது கொண்ட பிரியத்தால், சாரு தன்னையும் அறியாமல், அதனைப் பின்தொடர்ந்து ஓடி, பக்கத்து கிராமத்தில் உள்ள அடர்ந்த காட்டுப் பகுதி வரை, குட்டி முயலைத் துரத்திக்கொண்டு சென்று விட்டாள்.

காட்டுப்பகுதியைக் கண்ட முயல், அதற்குள் ஓடிச் சென்று மறைந்து விட்டது. அப்பொழுதுதான், தான் வெகு தூரம் ஓடி வந்ததை உணர்ந்த சாருவும், திரும்பிச் செல்ல வழி தெரியாமல் திகைத்து நின்றாள். சூரியன் மறைந்து இருட்டத் தொடங்கியது. அவளின் பயம் மேலும் அதிகரிக்க, அழத் தொடங்கி விட்டாள்.

அதேநேரம், தண்ணீர் எடுக்கச் சென்ற சாரு, நெடுநேரம் ஆகியும் வராததால், அவளைத் தேடி கயலின் வீட்டுக்குச் சென்றனர் தோழிகள். அங்கும் சாரு இல்லாததால் பூங்காவிற்குள் தேடிப்பார்க்கத் திரும்பி வரும்போது, சாலையோரம் உள்ள திண்ணையில் தண்ணீர் பாட்டில் இருப்பதைக் கண்டனர்.

அப்பொழுது கயல் மற்றவர்களைப் பார்த்து, "ஏய் இங்கே பாருங்கள்! ஒரு முயல்குட்டியின் கால்தடம் இவ்வழியே செல்கிறது" என்றாள். அப்பொழுது யாழினி, "ஆமாம், சாருவிற்கு முயல்குட்டி என்றால் ரொம்பப் பிடிக்கும்! ஒருவேளை அதனைத் துரத்திக்கொண்டு சென்று இருக்கலாம் அல்லவா?" என்றாள்.

இக்கருத்தினை ஏற்றுக்கொண்ட மற்ற தோழிகளும், முயலின் கால்தடத்தைப் பின்பற்றி, தங்கள் அன்புத் தோழியைத் தேடிச் சென்றனர். அவர்களின் நினைத்தவாறே, முயலின் கால்தடம் முடியும், அந்த அடர் வனப்பகுதிக்கு அருகே, சாரு அழுதுகொண்டிருப்பதை தோழியர்கள் கண்டனர்.

தோழிகளைப் பார்த்தவுடன், சாரு நிம்மதி அடைந்து, மிக்க மகிழ்ச்சியுடன் அவர்களைக் கட்டி அணைத்து தோள்மீது

சாய்ந்து கொண்டாள். பின்னர் நால்வரும் திரும்பவும் முயலின் கால் தடத்தைப் பின்தொடர்ந்து, கயலின் வீடு வந்து சேர்ந்தனர்.

தான் முயலைப் பின்தொடர்ந்து சென்றது பற்றியும், தோழிகள் தன்னைக் காப்பாற்றியது பற்றியும் தன் பெற்றோர்களிடம் நன்றிப்பெருக்குடன், சொல்லி மகிழ்ந்தாள். இந்நிகழ்வினை அறிந்த மற்ற தோழியரின் பெற்றோர், தம் பிள்ளைகளின் புத்திசாலித்தனத்தையும் செயலையும் வியந்து பாராட்டி மகிழ்ந்தனர்.

இந்தக் கதையைக் காணொளி வடிவில் பார்க்க இங்குள்ள QR கோடினை ஸ்கேன் செய்யவும்.

எழுதியவர் : ம.சுவாதிகா ஸ்ரீ
சென்னை, வயது : 10
ஐந்தாம் வகுப்பு

ம.சுவாதிகா ஸ்ரீ, சென்னையைச் சேர்ந்தவர். ஐந்தாம் வகுப்புப் படித்து வரும் இவர், நம் கிட்ஸ் தமிழ் குடும்பத்தின், முதல் கதைத் தொகுப்பு நூலான, பேனா பிடித்த நட்சத்திரங்களில், 'புத்திசாலிப் பெண் சாந்தி' என்ற கதை எழுதி, சிறார் கதை ஆசிரியராக அறிமுகமானவர். தொடர்ந்து, நம் KTS ஆண்டு மலரிலும் கதை எழுதியுள்ளார்.

பரதநாட்டியம், அபாகஸ், சிலம்பம் போன்ற கலைகளை ஆர்வத்துடன், கற்று வரும் இவருக்கு, மிகவும் பிடித்தமான பாடம் கணிதம். பல்வேறு மேடைகளில் நடனமாடி, பல பரிசுகளும் பாராட்டும் பெற்றுள்ளார்.

ஓய்வு நேரங்களில் மிதிவண்டி ஓட்டுதல், சுவர் ஓவியம் வரைதல், பல்வேறு நாடுகள் மற்றும் அதன் கலாசாரங்கள் பற்றி அறிந்துகொள்வது ஆகியவை இவருக்குப் பிடித்தமான பொழுதுபோக்குகள்.

12. மந்திரப் பொருட்கள்

ஜுவான் எட்ரிக் வயது : 10

ராய் என்ற சிறுவன் தன் அப்பாவுடன் வாழ்ந்து வந்தான். அவன் தந்தை ஒரு ஏழை தச்சர். ராய், பள்ளிக்கூடம் செல்வது இல்லை. அதனால் எப்பொழுதும் தன் தந்தைக்கு உதவி செய்துகொண்டிருப்பான்.

ஒருநாள், அந்த நாட்டின் அரசன் ராயின் தந்தையை அரண்மனைக்குக் கூப்பிட்டு இருந்தார். ராயும் அவனது தந்தையும் அரண்மனைக்குச் சென்றனர். அங்கு அரசர் அவன் தந்தையிடம், "என் அரண்மனைக்கு ஒரு மரத்தூணை உன்னால் செய்து தர இயலுமா? அப்படிச் செய்தால் உனக்கு நிறைய பணம் தருவேன்" என்று கூறியிருந்தார். அந்த தச்சரும் அதற்கு ஒப்புக்கொண்டு தினமும் வேலைக்கு அங்கு சென்று வந்தார். உடன் ராயையும் அழைத்துச் செல்வார்.

அவன் தந்தை தச்சு வேலை செய்யும் நேரத்தில் ராய் அரண்மனையைச் சுற்றிப் பார்த்துக்கொண்டிருந்தான். அந்த நேரத்தில் அங்கு ஒரு தனி அறை இருப்பதைக் கண்டான். அது ஒரு எண்ணினால் செய்யப்பட்ட பூட்டை வைத்துப் பூட்டப்பட்டிருந்ததைப் பார்த்தான். அவன் அந்தப் பூட்டைத் திறக்க முயன்று அதில் தோல்வி அடைந்தான்.

அவன் அந்த அறைக்கு தினமும் செல்வான். ஒரு நாள் அரசரின் பிறப்பு வருடமான 1981 என்ற எண்ணை முயற்சி செய்தான். பூட்டுத் திறந்தது. அவன் மிகவும் மகிழ்ச்சியாக இருந்தான். ஆனால், அது நீடிக்கவில்லை.

ஏனென்றால், அந்த அறைக்குள் இன்னொரு அறை இருந்தது. மீண்டுமாய் அந்த அறைக்குள் செல்வதற்கு வழி என்ன என்று பார்த்தான். அதில் ஒரு ஸ்வைப் பட்டன் இருந்தது. அரண்மனைக் காவலாளி ஒருநாள் அந்த ஸ்வைப் கார்டை தவறுதலாகத் தொலைத்தபோது, அது ராயின் கண்களுக்குத் தென்படவே அதை எடுத்து அறையைத் திறந்தான்.

மீண்டும் அதற்குள் வேறொரு அறை இருந்ததைக் கண்டான். இரவு நேரம் என்பதால் எதுவும் செய்ய இயலாமல் வீட்டிற்குத் திரும்பிச் சென்றான். அடுத்த நாள் அந்த அறைக்குச் சென்று பார்த்தான். அங்கு ஒரு கம்பளத்தின் அடியில் ஏதோ இருப்பதை உணர்ந்தான். அதை தூக்கிப் பார்த்தபோது அதிர்ச்சிக்கு உள்ளானான்.

அதற்கு கீழ் ஒரு சிறிய கதவு இருப்பதைக் கண்டான். அவன் அதை திறந்து கீழே சென்றான், உள்ளே ஒரு அறை முழுவதும் மர்மமான பொருட்கள் இருப்பதைப் பார்த்தான். திடீரென்று யாரோ வருவது போல் சத்தம் கேட்டது; ராய் ஓர் ஓரத்தில் ஒளிந்துகொண்டான்.

அரசன் உள்ளே வந்து ஒரு உருண்டை போன்ற வடிவம் உடைய ஒரு பொருளை எடுத்துச் சென்றார். அப்போது ராய் பயத்துடன் இருந்தான். அவன் அதன் அருகிலிருந்த ஒரு சிறிய உருண்டையை எடுத்தான். அதன் மேல் ஏதோ எழுதி இருப்பதைப் பார்த்தான்.

"யார் பெயரை வேண்டுமானாலும் சொல்லுங்கள். அவர்கள் என்ன செய்கிறார்கள் என்பதை நான் காட்டுவேன்" என்று எழுதியிருந்தது. உடனே அவன், தன் தந்தையின் பெயரைக் கூறினான். அதுவும் அவனுடைய தந்தை வேலை செய்துகொண்டிருப்பதைக் காண்பித்தது.

அடுத்தது அவன் ஒரு மேலங்கியை எடுத்து அணிந்தான். உடனே யார் கண்ணுக்கும் தெரியாமல் மறைந்துவிட்டான். அவனுக்கு இது ஒரு மந்திர ஆடை என்று புரிந்தது. அடுத்து அவன் ஒரு கோப்பையை எடுத்தான். அது என்னவென்று யோசித்துக்கொண்டிருக்கும் போது அந்தக் கோப்பை, "எதை வேண்டுமானாலும் கேளுங்கள் நான் தருகிறேன்" என்றது. இறுதியில் அவன் ஒரு சிறிய பணப்பையைப் பார்த்தான். அதன் மேல்,"எனக்குள் எதுவும் பொருந்தும்" என்று எழுதி இருந்தது.

உடனே ராய், எல்லாப் பொருட்களையும் அந்தப் பணப்பையில் வைத்துக்கொண்டு அறையை விட்டுக் கிளம்பினான். வெளியே சென்றவுடன், வெகு தூரத்தில் தன்னுடைய தந்தை கைது செய்யப்பட்டு இருப்பதைக் கண்டான்.

அவன் மெதுவாக வெளியே நடந்தபோது இவனையும் காவலாளிகள் கைது செய்தனர். அறைக்குள் அரசன் பார்த்ததை ராய் கவனிக்கவில்லை. அதனால் ராயையும் அவன் தந்தையையும் சிறையில் அடைக்குமாறு அரசன் உத்தரவிட்டிருந்தார். இருவரும் சிறைக்கு இழுத்துச் செல்லப்பட்டனர்.

ராய் அங்கே சென்றவுடன் கண்ணுக்குத் தெரியாத ஆடையை அணிந்து கொண்டு ஓர் ஓரத்தில் ஒளிந்து கொண்டிருந்தான். தன் அப்பாவின் அருகில் சென்று அந்தக் கோப்பையிடம் ஒரு சாவியைக் கேட்டான். கோப்பை சாவியைக் கொடுக்கவே, அவனும், அவனுடைய அப்பாவும் சிறையிலிருந்து வெளியே வந்து, அவன் எடுத்திருந்த பணப் பையையும், அதற்குள்ளாக இருந்த அனைத்து மந்திரப் பொருட்களையும் அரசனிடம் கொடுத்துவிட்டு மன்னிப்புக் கோரினான்.

சிறுவனின் அறியாமையால் செய்த பிழையை மன்னித்து, அரசர் ஏற்றுக்கொண்டார். அவர்கள் இருவரும் வீடு சென்றனர். இனிமேல் பேராசைப்படக்கூடாது என்று ராய் அன்று முடிவு செய்தான்.

இந்தக் கதையைக் காணொளி வடிவில் பார்க்க இங்குள்ள QR கோடினை ஸ்கேன் செய்யவும்.

எழுதியவர் : ஜுவான் எட்ரிக்
ஷார்ஜா, வயது : 10
ஐந்தாம் வகுப்பு

ஜுவான் எட்ரிக் நாகர்கோவிலில் பிறந்து தற்போது ஷார்ஜாவில் வசித்து வருகிறார். புத்தகம் வாசித்தல், வரலாறு, சமூகம் சார்ந்த செய்திகளில் ஆர்வம் மிக்கவர். நீச்சல் மற்றும் குதிரை ஓட்டுதலில் ஆர்வம் உடையவர்; 'பேனா பிடித்த நட்சத்திரங்கள்', 'அந்தியில் மலர்ந்த மொட்டுக்கள்', 'குட்டி மேகங்கள் தூவிய தூறல்கள்' ஆகிய புத்தகங்களில் கதைகள் எழுதி உள்ளார்.

13. மனம் தளராத பாப் (Bob)

ஈடன் இஷா வயது : 6

ஓர் ஊரில் பாப் என்னும் இளைஞன் வாழ்ந்து வந்தான். அவன் சொந்தமாக செருப்புத் தொழிற்சாலை வைத்திருந்தான். அதில் இருந்து வரும் வருமானத்தில் பெரும்பங்கை ஏழைகளுக்கும், துன்பத்தில் வாடுபவர்களுக்கும், அவனது ஊரில் உள்ளவர்களுக்கும் கொடுத்து உதவி செய்து வந்தான்.

ஆனால் எதிர்பாராத விதமாக ஒருநாள், செருப்புத் தொழிற்சாலையில் தீ பற்றி, தொழிற்சாலை முழுவதுமாக எரிந்துவிட்டது. என்ன செய்வதென்றே அறியாது இருந்த பாப்க்கு அவனது நல்ல உள்ளத்தைப் பற்றி அறிந்தவர்களும் ஊர் மக்களும் தாமாகவே முன்வந்து உதவி செய்தனர்.

அவர்களுக்குள்ளே சிறு தொகையைச் சேர்த்து பாப் கையில் கொடுத்தனர். அதை வைத்து பாப் ஒரு பொம்மைக் கடை வைத்தான். இரவு பகல் பாராமல் கடும் உழைப்பைப் போட்டு அதை ஒரு பொம்மை தயாரிக்கும் தொழிற்சாலையாக உயர்த்தினான்.

கடின உழைப்பின் மூலம் எதையும் செய்யலாம் என்பதை அந்த ஊருக்கு நிரூபித்துக் காண்பித்தான் பாப்.

இந்தக் கதையைக் காணொளி வடிவில் பார்க்க இங்குள்ள QR கோடினை ஸ்கேன் செய்யவும்.

எழுதியவர் : ஈடன் இஷா
ஷார்ஜா, வயது : 6
இரண்டாம் வகுப்பு

இஷா நாகர்கோவிலில் பிறந்து தற்போது ஷார்ஜாவில் வசித்து வருகிறார். இவர் தற்சமயம் பரதநாட்டியம் கற்றுக்கொண்டு இருக்கிறார். குதிரை ஓட்டுதல், நீச்சல் போன்றவற்றில் ஆர்வம் உடையவர். புத்தகம் வாசிப்பதிலும் ஆர்வம் மிக்கவர். 'பேனா பிடித்த நட்சத்திரங்கள்' புத்தகத்தில் கதை எழுதியுள்ளார். மொழிகளை எளிதில் கற்கும் திறன் உடையவர்.

14. யாருக்கும் தெரியாமல்...

ஆர்யா துரை ஆனந்த் குமார் வயது : 12

மூன்று நாட்களுக்கு முன்னால், அப்பா பெரிய மோட்டார் பைக்கை வாங்கிவிட்டார். ராகுலுக்கு அதில் ஒரே மகிழ்ச்சி. எப்போதுமே வாகனங்கள் என்றால் அவனுக்கு மிகவும் பிடிக்கும். அம்மாவும் அப்பாவும் புது பைக்கில்தான் அலுவலகம் சென்று வருகிறார்கள்.

தினமும் மாலை நாலு மணிக்கே ராகுல் பள்ளி முடிந்து வீட்டுக்கு வந்துவிடுவான். அன்றும் அப்படித்தான் வந்தான். தன்னிடமிருந்த சாவி மூலம் வீட்டைத் திறந்து உள்ளே நுழைந்தான். கைகால் கழுவி உடைமாற்றிக்கொண்டு என்ன செய்யலாம் என்று யோசித்தவனின் கண்களில் சுவரிலிருந்த சாவி வளையம் பட்டது. அதில் மூன்று சாவிகள் தொங்கிக்கொண்டு இருந்தன. வீட்டின் பீரோ சாவி, அலமாரி சாவி மற்றும் மூன்றாவதாக மொபெட் சாவி.

பைக் வாங்கியதற்கு முன் அப்பா உபயோகப்படுத்திய மொபெட்தான் அது. ராகுல் இரண்டாவது படித்தபோது வாங்கியது. இப்போது அவன் ஒன்பதாவது படிக்கிறான். அந்த வண்டியை ஓட்ட அவன் விரும்பியபோதெல்லாம் அப்பா அம்மா அவனை அனுமதிக்கவில்லை.

இப்போதோ வீட்டில் யாருமில்லை. வண்டியும் சாவியும் இருந்தன. அப்பா அம்மா அலுவலகம் முடிந்து வர இன்னும் நேரம் இருந்தது. ராகுல் ஆழ்ந்த யோசனைக்குப் பிறகு, படபடக்கும் இதயத்துடன் வண்டியைத் தள்ளிக்கொண்டு வீட்டு வாசலுக்கு வந்தான். சில உதைகளுடன் ஒரு வழியாக வண்டியை ஆன் செய்தும் விட்டான்.

அன்று காலையில் மழை பெய்திருந்ததால் அந்தப் பகுதியே சேறும் சகதியுமாக இருந்தது. கீழே விழுந்து விடக் கூடாது என கவனமாக ஓட்டினான். ஓரிரு ரவுண்டுகள் அடித்து, வண்டியை அதற்குரிய இடத்தில் நிறுத்திவிட்டு, வீட்டினுள் அமைதியாக அமர்ந்திருந்தான்.

அப்பா அம்மா வந்துவிட்டார்கள். அவர்களால் ஒன்றும் கண்டுபிடிக்க முடியவில்லை என்பதில் அவனுக்கு ஒரே குஷி. மறுநாளும் அதேபோல மாலை நேரத்தில் வண்டியை வெளியே எடுத்தான். முதல் நாள் இருந்த பயம், அன்று இல்லை. சேறும் சகதியும் முக்கால்வாசிக்கு மேல் காய்ந்துவிட்டிருந்தது.

வண்டியில் புறப்பட்ட ராகுல் விர்ரென்று வேகமாக ஓட்டினான். இரண்டாவது ரவுண்டில் சிறிய பள்ளத்தில் இறங்கி ஏறியபோது சறுக்கி விழுந்துவிட்டான். முழங்கையிலும் முட்டியிலும் சிராய்ப்பு ஏற்பட்டுவிட்டது. மூன்று வீடு தள்ளியிருந்த மாமா ஒருவர் அவனை வீட்டில் கொண்டு வந்து விட்டுப்போனார். அதே மாமா மூலமாக அப்பா அம்மாவுக்கும் தெரிந்துபோய்விட்டது.

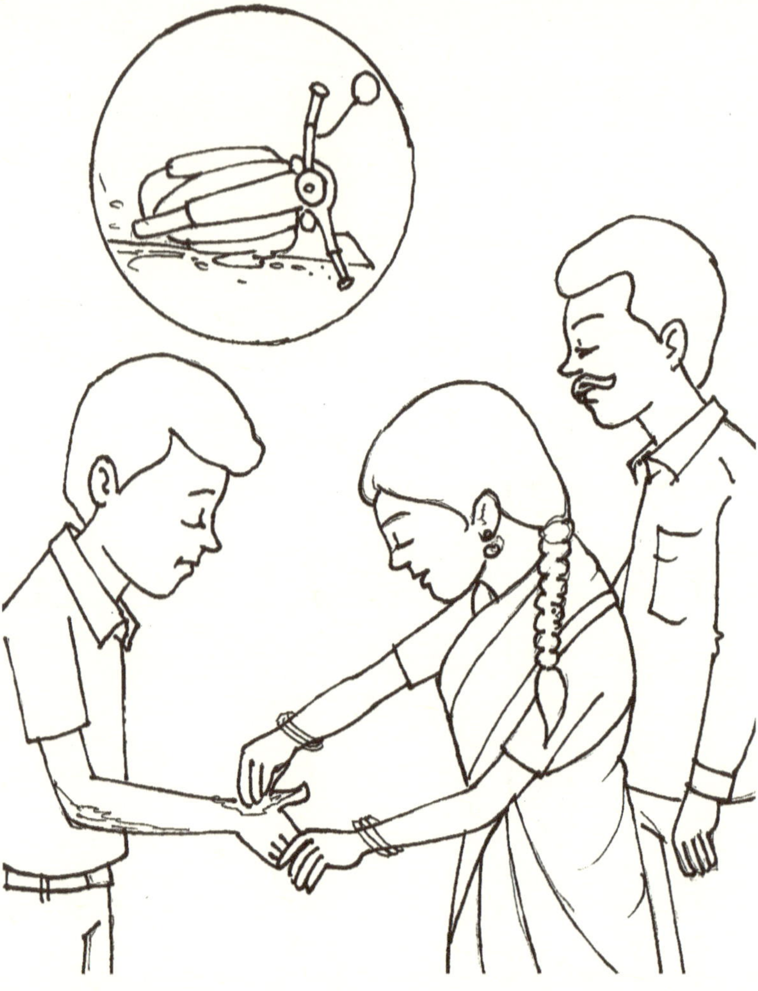

வீடு திரும்பிய அப்பாவும் அம்மாவும் வேகமாக அவனிடம் வந்து காயம் ஏதும் பட்டுவிட்டதா என்று சோதித்தனர். அம்மா சிராய்த்த இடங்களில் மருந்து போட்டுவிட்டார். அப்பாவும் அம்மாவும் மௌனமாகவே இருந்தார்கள்.

"சாரி" என்றான் ராகுல்.

"சாரி சொல்லுறது முக்கியமில்ல. நீ கீழே விழுந்தபோது வேற லாரி, கார் எதுவும் பின்னால வந்திருந்தா?" என்றார் அம்மா.

ராகுல் எதுவும் பேசாமல் இருந்தான்.

அப்பா, "வண்டி ஓட்டக் கத்துக்கிறது நல்லதுதான். ஆனா இன்னும் சில வருஷங்கள்ல பயிற்சி எடுத்து லைசென்ஸ்

வாங்கிட்டு, முறையா ஓட்டு. எங்களுக்குத் தெரியாம ரிஸ்க் எடுக்காதப்பா!" என்றார்.

"சரிப்பா, இனிமே இப்படி செய்யமாட்டேன். ஆனா" என்று இழுத்தான்.

“என்ன ராகுல்?" என்று விசாரித்தார்கள்.

"நீங்க சொன்னது போலவே கேக்குறேன். ஆனா லைசன்ஸ் வாங்க இன்னும் நாலு வருஷம் ஆகுமே" என்று இழுத்தான்.

"உண்மைதாம்ப்பா, ஆனா அதுதான் உனக்கும் நல்லது" என்று அப்பா புன்னகைத்தார். அவனும் புரிந்துகொண்டு தலையாட்டினான்.

அதற்குப்பிறகு வீட்டில் சாவி இருந்தும்கூட ராகுல் அந்த வண்டியை எடுக்கவே இல்லை. பதினெட்டு வயது ஆவதற்காகக் காத்திருக்கிறான்.

இந்தக் கதையைக் காணொளி வடிவில் பார்க்க இங்குள்ள QR கோடினை ஸ்கேன் செய்யவும்.

எழுதியவர் :

ஆர்யா துரை ஆனந்த் குமார்

அபுதாபி, வயது : 12

ஏழாம் வகுப்பு

அபுதாபியில் வசிக்கும் இவருக்குப் புதுமாடல் கார்கள், பைக்குகள் பற்றி அறிந்துகொள்ளப் பிடிக்கும். ஸ்க்ராட்ச் மற்றும் டிராயிங் இவரது பொழுதுபோக்குகள். முறைப்படி சங்கீதம் கற்று வருகிறார். ‘பேனா பிடித்த நட்சத்திரங்கள்’ சிறார் கதைப் புத்தகத்தில் இவர் எழுதியுள்ள கதையும் இடம்பெற்றுள்ளது. ADS நாடகக்குழு தயாரித்து வழங்கிய சிறார் நாடகத்தில் பங்கேற்ற அனுபவமும் உடையவர். வாசிப்பதிலும் ஆர்வம் மிக்கவர். மொழிகளை எளிதில் கற்கும் திறன் உடையவர்.

15. ரகசிய நண்பன்

அஷ்வின் துரை ஆனந்த் குமார் வயது : 10

திவ்யா வருத்தமாக அமர்ந்திருந்தாள். அவளது பள்ளியில் பேட்மிட்டன் விளையாட்டு அணியில் சேர, பெயர் கொடுக்கச் சொல்லியிருந்தார்கள். அவளுக்கும் அதில் சேர ஆசைதான். ஆனாலும் அவளிடம் பேட்மிட்டன் பேட் இல்லையே! அதை வாங்கும் அளவு வசதியும் இல்லை. நல்ல சாப்பாடு, துணி இவற்றுக்கே தட்டுப்பாடு எனும்போது இதுபோன்ற தேவைகள் எப்படிக் கிடைக்கும்?

அவளது அப்பா, கிரிக்கெட் பேட் போன்ற விளையாட்டுப் பொருட்கள் விற்கும் கடையில்தான் வேலை செய்துவந்தார். அவரிடம் கேட்டுப் பார்த்தாள். “புது யோனெக்ஸ் பேட் வாங்கணும்னா காசு நிறைய ஆகும் பாப்பா. நான் பழைய பேட் ஏதாவது கிடைச்சா ரிப்பேர் செஞ்சி எடுத்துட்டு வரேன்” என்று சொன்னார்.

அதேபோல மிகவும் பழையதாக இருந்த ஒரு பேட்டை மறுநாள் எடுத்து வந்து தந்தார்.

மகிழ்ச்சியுடன் பள்ளிக்குத் தன் பேட்டை எடுத்துச் சென்றாள். பலர் அந்த மிகப் பழைய பேட்டைப் பார்த்துச் சிரித்தார்கள். அழுத்திப் பிடித்தாலே உடைந்துவிடும் போல இருக்கிறதே என்று கிண்டல் வேறு செய்தார்கள். ஆனால் அன்று மாலை விளையாட்டுப் பயிற்சியின்போது திவ்யா விளையாடிய அழகைப் பார்த்து ஆச்சரியப்பட்டார்கள்.

ஒரே ஒருமுறை கூட அவளது குறி தவறவே இல்லை. மிக நேர்த்தியாக, சுழன்று சுழன்று, உயரத்தில் எகிறி, தாவித்தாவி அவள் அடித்ததைப் பார்த்துவிட்டு, எத்தனை வருடங்களாகப் பயிற்சி செய்கிறாய் என்றெல்லாம் விளையாட்டு ஆசிரியர் கேட்டார். அன்றுதான் முதல் நாள் என்று அவள் சொன்னதை யாருமே நம்பவில்லை. அவளாலுமே நம்ப முடியவில்லை.

அன்று நள்ளிரவில் பாத்ரூம் போக எழுந்தபோது அவளுக்கு ஒரு ஆச்சரியம் காத்திருந்தது. அவளுடைய

அறையில், அவளது தலைமீது பேட்மிட்டன் பேட் பறந்து கொண்டிருந்தது. பயத்துடன் பார்த்தாள்.

"நான் ஒரு மந்திர சக்தி உடைய பேட்... உன்னோட நண்பன்" என்றது.

அவளோ எதுவும் பேசாமல் ஆவென்று பார்த்தாள்.

"உனக்கு என்ன வேணும் கேளு" என்றது.

திவ்யா, "தினமும் நல்ல சாப்பாடு வேணும்" என்றாள்.

"அவ்ளோதானே? சரி! வேற என்ன வேணும்?'' என்று கேட்டது.

"ஸ்கூலுக்குப் போட ஒரே ஒரு சீருடைதான் இருக்கு. இன்னும் ஒண்ணு ரெண்டு செட் இருந்தா நல்லா இருக்கும்'' என்றாள் தயக்கத்துடன்.

“அதுவும் தர்றேன். வேற..?” என்றது.

“ஸ்கூல் போயிட்டு வர ஒரு சைக்கிள்...” என்று இழுத்தாள்.

வீட்டு வாசலில் ஒரு புத்தம் புது சைக்கிளைச் சுட்டிக்காட்டியது பேட்.

“ரொம்ப நன்றி” என்று மகிழ்ச்சியோடு சிரித்தாள்.

“நீ கேக்காமலே ஒண்ணு செஞ்சேன். என்ன சொல்லு பாக்கலாம்?” என்று கேட்டது. அவள் புரியாமல் பார்த்தாள்.

"இன்னிக்குப் பள்ளிக்கூடத்துல உன்னை எப்படியெல்லாம் பேட்மிட்டன் விளையாட வெச்சேன் பாத்தியா?" என்றது.

"ஓ! அது உன்னோட வேலைதானா?" என்ற திவ்யா, சற்று நேரம் ஏதோ யோசித்துவிட்டு, "எனக்கு இன்னும் ஒரே ஒரு உதவி செய்வியா?" என்று கேட்டாள்.

"என்ன வேணும் சொல்லு!" என்றது.

"என்னுடைய சொந்தத் திறமையிலதான் நான் விளையாடணும். உன்னுடைய மாய சக்தியெல்லாம் இனிமே இதுல வேணாமே" என்று கேட்டுக்கொண்டாள்.

பேட்டும் அவளைப் பாராட்டியது. மறுநாள் முதல் நன்றாகப் பயிற்சி செய்து அவளே சொந்தமாக விளையாடினாள்.

திவ்யாவுக்கு ஒரு ரகசிய நண்பனாகவே மாறிய அந்த பேட், விளையாட்டின்போது மட்டும் சாதாரண பேட்டாக இருக்கும். விளையாடாத நேரத்தில் பழையபடி மந்திர பேட்டாக மாறிவிடும். சின்னச்சின்ன மாய வித்தைகளை மட்டும் செய்யும்.

அப்புறம் அந்த இரண்டு நண்பர்களும் நீண்ட காலம் மகிழ்ச்சியுடன் வாழ்ந்தார்கள்.

இந்தக் கதையைக் காணொளி வடிவில் பார்க்க இங்குள்ள QR கோடினை ஸ்கேன் செய்யவும்.

எழுதியவர் :
அஷ்வின் துரை ஆனந்த் குமார்
அபுதாபி, வயது : 12
ஏழாம் வகுப்பு

அபுதாபியில் வசிக்கும் இவருக்கு நடனமும் நீச்சலும் பிடிக்கும். கிராஃப்ட் மற்றும் டிராயிங் இவரது பொழுதுபோக்குகள். முறைப்படி சங்கீதம் கற்று வருகிறார். 'பேனா பிடித்த நட்சத்திரங்கள்' சிறார் கதைப் புத்தகத்தில் இவர் எழுதியுள்ள கதையும் இடம்பெற்றுள்ளது. ADS நாடகக்குழு தயாரித்து வழங்கிய சிறார் நாடகத்தில் பங்கேற்ற அனுபவமும் உடையவர்.

16. அப்பா பிள்ளை

பா.பு.சரவண பாண்டியன் வயது : 13

ஓர் அழகான ஊர். அந்த ஊரோட பேர் கோவிலூர். அந்த ஊர்ல அப்துல்னு ஒரு பையன் இருந்தான். அவன் அங்கிருந்த ஒரு உயர்நிலைப் பள்ளியில் எட்டாம் வகுப்பு படிச்சிட்டு வந்தான். அவனோட பள்ளி அவன் இருந்த தெருவில் இருந்து இரண்டு தெரு தள்ளி இருந்தது.

அதனால் அவன் தினமும் பள்ளிக்கு நடந்துதான் போவான். அவன் போகும் வழியில ஒரு தெருவில் கழிவுநீர் ஓடும் பகுதி மூடாமல் இருந்தது. அதனால் அந்த இடத்தில சில சமயம் கழிவு நீர் ரோட்டு ஓரத்தில் ஓடும். இதனால் அங்கிருந்த மக்கள் ரொம்ப கஷ்டப்பட்டார்கள்.

ஒருநாள் இரவு நல்லா மழை பெய்தது. அடுத்த நாள் அப்துல் தெருவில் தண்ணீர் நிறைய இருந்ததால் மிதிவண்டியில் போனான். அங்கே கழிவுநீர்ப் பாதை மூடாமல் இருந்ததால் கழிவுநீர் மழை நீருடன் கலந்து சாலையில் தேங்கியிருந்தது. நீர் போகும் பகுதியை ஒரு நெகிழிப்பை அடைச்சிட்டு இருந்ததால நீர் போகாமல் இருந்தது.

இதைப் பார்த்த அப்துல் மிதிவண்டியை ஓரமாக நிறுத்திட்டு பக்கத்திலிருந்த ஒரு குச்சியை எடுத்து அந்த பையை எடுத்து விட்டான். உடனே மழைநீர் வேகவேகமாக ஓட ஆரம்பித்தது. இதைப் பார்த்த மக்கள் அப்துலைப் பாராட்டுனாங்க. இந்த யோசனை நமக்கு வரலையேன்னு வருத்தப்பட்டாங்க. பிறகு அப்துல் மிதிவண்டியை எடுத்துட்டு பள்ளிக்குச் சென்றான்.

அன்று மாலை வீட்டுக்கு வந்த அப்துல், மாவட்ட ஆட்சியருக்குக் கடிதம் எழுதினான். அதுல கழிவு நீர் ஓடும் பகுதியை சரியாக மூட வேண்டும் என்றும், நெகிழிப் பயன்பாட்டைத் தடுக்க வேண்டும் என்றும் வலியுறுத்தினான். மாவட்ட ஆட்சியர் அலுவலகம் கோவிலூரில் இருந்து 10 கிலோமீட்டர் தொலைவில் இருந்தது. அதனால் கடிதத்தை

ஒரு உறையில் போட்டு அஞ்சல்நிலையத்தில் இருந்து அலுவலகத்திற்கு அனுப்பிவிட்டான்.

அந்தக் கடிதத்தை மாவட்ட ஆட்சியர் பார்த்தார். ஆனால் எந்த நடவடிக்கையும் எடுக்கல. இதைப் பார்த்த அப்துல், அதேபோல இன்னொரு கடிதத்துல அதே கருத்தை வலியுறுத்தி, கூடவே ஆட்சியரோட அலட்சியத்தையும் சொல்லி முதலமைச்சருக்குத் தபால் மூலமாக அனுப்புனான்.

சில நாட்கள்ல முதலமைச்சர் கோவிலூருக்கு வந்தார். அப்துல் சொன்ன இடத்தையும் பார்த்தார். கழிவுநீர்க் கால்வாயைச் சரிப்படுத்தவும் உத்தரவிட்டார். அப்புறம் அவர்

PBA

மாவட்ட ஆட்சியர் அலுவலகத்திற்குச் சென்று ஆட்சியர் கிட்ட கடிதத்தைப் படிச்சிப் பார்த்துட்டு நடவடிக்கை எடுத்தாரா அப்படின்னு விசாரணை செய்தார்.

ஆட்சியரும் எடுக்கல... சார்.எடுக்கணும்...''ன்னு இழுத்தார். அவரை இனிமேலாவது மக்கள் பணிகள்ல கவனமா செயல்படுங்கன்னு சொல்லி எச்சரிக்கை கொடுத்தார். அப்புறம் அப்துலை அழைத்து முதலமைச்சர் பாராட்டினார். அப்புறம் அவர் கிளம்பிச் சென்றுவிட்டார். மக்களும் அப்துலைப் பாராட்டுனாங்க.

கொஞ்சநாள் கழிச்சு அப்துல்க்கு முதலமைச்சர் அலுவலகத்திலிருந்து அழைப்பு வந்திருந்தது. அப்துலும் தனது பெற்றோருடன் இரயிலில் ஏறி முதலமைச்சர் அலுவலகத்திற்குப் போனான். அங்கே முதலமைச்சர் அப்துல்க்கு அவன் செய்த செயலைப் பாராட்டி "சமூகத் தொண்டன்" எனும் விருதைக் கொடுத்தார்.

இதைப் பார்த்த அவனோட பெற்றோர்கள் ரொம்ப சந்தோஷப்பட்டாங்க. அப்புறம் இரயில் ஏறி கோவிலூருக்கு வந்தாங்க. அப்துல் மக்களுக்கு நிறைய உதவிகளைச் செஞ்சுட்டு வந்தான்.

இருபது வருடங்கள் ஓடிவிட்டது. இப்போது அப்துல் பள்ளிப் படிப்பை முடிச்சு கல்லூரிப் படிப்பையும் முடிச்சு ஒரு கம்பெனியில் நல்ல வேலை பார்த்துட்டு இருந்தார். அவருக்குத் திருமணமும் ஆகிவிட்டது. அவர் தனது மனைவியுடனும் மகனுடனும் சந்தோஷமாக வாழ்ந்துட்டு வந்தார்.

ஒருநாள் வானிலை ஆய்வு மையம், 'அடுத்த ஒரு வாரத்துல புயல் அடிக்கும்'னு தெரிவிச்சாங்க. அதனால் அந்தக் கம்பெனியோட முதலாளி கம்பெனித் தொழிலாளிகளுக்கு ஒரு வாரம் விடுமுறை கொடுத்தார்.

அப்துல் தன் குடும்பத்துடன் சந்தோஷமாக விளையாடுவது, ஒன்றாக அமர்ந்து சாப்பிடுவதுன்னு விடுமுறையில் இருந்தார்.

அப்போது ஒரு நாள் இரவு கோவிலூரில் புயல் அடித்தது. அதனால் ஊரில் இருந்த மரங்கள் கீழே விழுந்துடுச்சு. நிறைய குடிசை வீடுகள் இடிந்து விழுந்துச்சு. இதனால் மக்கள் நிறைய கஷ்டங்களை அனுபவிச்சாங்க.

மூன்று நாட்கள் மக்கள் அரசிடமிருந்து புயல் நிவாரணம் வரும் என்று எதிர்ப்பார்த்துக் காத்திருந்தாங்க. ஆனால், வரவேயில்லை. இதைப் பார்த்த அப்துல் நிவாரணம் வேண்டி

அரசுக்குக் கடிதம் எழுதினார். ஆனாலும் நிவாரணம் வரவே இல்லை. இதைப் பார்த்த அவரோட ஐந்து வயது மகன் ரஹ்மான் "அப்பா, நம்மகிட்ட உள்ள பணத்தை வெச்சி மக்களுக்கு உதவி செய்வோம்" என்றான். இதைக் கேட்ட அப்துல், தன் குணம் தன் மகனுக்கு வந்திருக்குன்னு நினைச்சு பெருமைப்பட்டார்.

அப்புறம், அப்துல் தன்னிடமிருந்த பணத்தை வெச்சி மக்களுக்கு உதவி செஞ்சார். இதனால மக்கள் அப்துலுக்கு நன்றி சொல்லி வாழ்த்தினார்கள். அப்துலும் அவர் மனைவியும் அவர் மகனும் தொடர்ந்து மக்களுக்கு உதவி செஞ்சுட்டு சந்தோஷமாக வாழ்ந்தாங்க.

இந்தக் கதையைக் காணொளி வடிவில் பார்க்க இங்குள்ள QR கோடினை ஸ்கேன் செய்யவும்.

எழுதியவர் :
பா.பு.சரவண பாண்டியன்
நாகப்பட்டினம், வயது : 13
எட்டாம் வகுப்பு

'பேனா பிடித்த நட்சத்திரங்கள்', 'சுக்கா புக்கா முக்கா', 'குட்டி மேகங்கள் தூவிய தூறல்கள்' ஆகிய தொகுப்பு நூல்களில் கதை எழுதியுள்ளார். சிறார் கதைகளுக்கு ஓவியம் வரைந்துள்ளார். 'சிறந்த மின்னிதழ் ஆசிரியர்' விருது வாங்கியுள்ளார். கதைப்போட்டியில், பரிசு பெற்ற கதைகள் 'காணாமல் போன சிறகுகள்' என்ற புத்தகமாக வந்துள்ளது. ஓவியம் வரைவதில் இவருக்கு ஆர்வம் அதிகம்.

கதை சொல்லியாகவும் தன் 'Saravana Buvi' யூ டியூப் சேனலில் நிறைய கதைகளை சொல்லியுள்ளார். வாசிப்பில் ஆர்வம் உள்ளவர். முகநூல் பக்கத்தில் புத்தக அறிமுகமும் செய்து வருகிறார்.

முப்பது நாட்கள் தொடந்து புத்தகம் வாசித்து, நூல் விமர்சனம் செய்து அதற்குப் பரிசினையும் பெற்றுள்ளார்.

எப்போதும் படிப்பில் முதல் மாணவாகத் திகழ்ந்து வருகிறார்.

17. பேனாவும் புத்தகமும்

ஆண்ட்ரியா. ஜோ வயது : 13

ஒரு சிறிய கிராமத்தில் ஒரு பேனாவும் புத்தகமும் இருந்தன. இவை இரண்டும், உலகில் தாம் இருவர்தாம் சிறந்தவர்கள் என்று நினைத்தன. ஏனென்றால் இந்த உலகத்தின் மிகச்சிறந்த ஆயுதமாக உள்ளவை பேனாவும் புத்தகமும்தான்.

ஆனால் இந்தப் பேனாவும் புத்தகமும் சிறப்புடையது. இந்தப் பேனாவால் இந்தப் புத்தகத்தில் எழுதப்படும் எல்லாமும் உயிர்பெற்றுவிடுமாம். இந்தப் பேனாவும் புத்தகமும் தலைமுறை தலைமுறையாகக் கை மாறிக்கொண்டிருக்கின்றன.

இந்தப் பேனாவும் புத்தகமும் நல்லவைக்காகவும் தீயவைக்காகவும் பயன்படுத்தப்படுகின்றன. இறுதியில் இவை இரண்டும், பன்னிரண்டு வயதுள்ள சிறுவனிடம் வந்து சேர்ந்தன.

அவன் ஒரு நல்ல உள்ளம் கொண்ட சிறுவன்; அந்தப் புத்தகத்தையும் பேனாவையும் கொண்டு நிறைய ஏழைகளுக்கு உதவி செய்து வந்தான். இப்படித்தான் ஒரு நாள் தன் வீட்டின் வெளியே ஒரு வயதான மனிதர் நின்றுகொண்டிருப்பதைப் பார்த்தான். அவருக்கு உதவி செய்ய வேண்டும் என்ற நோக்கத்துடன், “தாத்தா, உங்களுக்கு என்ன வேண்டும்?” என்று கேட்டான்.

அதற்கு அந்த வயதானவர், “உன்னுடைய மந்திரப் பேனாவும் புத்தகமும் எனக்கு வேண்டும்” என்று சொன்னார். அவனும் சிறிது நேரம் யோசித்து, “சரி” என்று சொல்லி அதை அவரிடம் கொடுத்தான். அந்த வயதானவரும் மகிழ்ச்சியுடன் அந்தப் பேனாவையும் புத்தகத்தையும் எடுத்துச் சென்றார்.

அவர்கள் இருவருக்கும் தெரியாதது என்னவென்றால் அந்தப் புத்தகமும் பேனாவும் அவர்களுக்குப் பிடித்தவர்களிடம் மட்டுமே இருக்கும்.

வயதானவரின் வீட்டை அடைந்ததுமே, "எனக்கு இவரைப் பிடிக்கவில்லை" என்றது பேனா. அதற்கு அந்தப் புத்தகமும், "ஆமாம் எனக்கும் இவரைப் பிடிக்கவில்லை; இந்த வயதானவர் தீய எண்ணம் கொண்டவர் போல் இருக்கிறார்; நாம் அந்தச் சிறுவனிடமே சென்று விடுவோம்." என்று கூறியது. "சரி" என்று பேனாவும் ஆமோதித்தது.

அவை இரண்டும் அந்தச் சிறுவனிடம் சென்றன. அந்த வயதானவர் காலையில் எழுந்ததும் பேனாவையும் புத்தகத்தையும் காணவில்லை என்பதை அறிந்து மிகுந்த கோபமடைந்தார். அந்தச் சிறுவன்தான் வந்து திருடிவிட்டான் என்று தவறாகப் புரிந்துகொண்டு, அவனைப் பார்க்கச் சென்றார்.

அந்தச் சிறுவன், "நான் அதைத் திருடவில்லை... அவை தாமாக என்னிடம் வந்து விட்டன" என்று கூறினான்.

"நான் இதை நம்புவதாக இல்லை"என்று கூறிவிட்டு, "சரி நீயே அதை வைத்துக்கொள்" என்று கூறி அந்த வயதானவர் வீடு திரும்பினார்.

அந்தச் சிறுவன், புத்தகத்தையும் பேனாவையும் நல்லவைக்காக மட்டுமே பயன்படுத்தினான்.

இந்தக் கதையைக் காணொளி வடிவில் பார்க்க இங்குள்ள QR கோடினை ஸ்கேன் செய்யவும்.

எழுதியவர் : ஆண்ட்ரியா. ஜோ
திருச்செந்தூர், வயது : 13
எட்டாம் வகுப்பு

திருச்செந்தூரைச் சேர்ந்த இவருக்குப் பேச்சுப் போட்டிகளில் கலந்துகொள்ளப் பிடிக்கும். சென்ற வருடம் நடைபெற்ற ஆங்கில பேச்சுப்போட்டியில் கலந்துகொண்டு முதல் பரிசு பெற்றார். ஆங்கிலத்தில் கவிதைகள் எழுதுவதும், படங்கள் வரைவதும் இவருக்குப் பிடித்தமானவை.

18. சேமிப்பு

தா. உ. பூர்வி வயது : 11

தன்னுடைய பிறந்தநாள் சிறப்பாக முடிந்த மகிழ்ச்சியில், உறவினர்கள் கொடுத்த பரிசுப் பொருட்களை ஆவலுடன் பிரித்துப் பார்த்துக்கொண்டிருந்தாள் அனு.

பல பரிசுப் பொருட்களுக்கு மத்தியில், அதில் இருந்த ஹேண்ட் பேக் அவளுக்கு மிகவும் பிடித்துப் போனது.

தான் வைத்திருந்த பணத்தை அந்த ஹேண்ட் பேக்கில் வைத்து பத்திரப் படுத்தினாள். தினமும் தன் அப்பாவிடமும் பாக்கெட் மணி, கேட்டு வாங்கி அந்த ஹேண்ட் பேக்கில் பத்திரப் படுத்தினாள். பணம் நிறைய சேர, சேர மிகவும் சந்தோசப்பட்டாள். நேரம் கிடைக்கும் போதெல்லாம் பணத்தை எண்ணி வைப்பாள்.

"என்ன அனு, நெறய பணம் சேத்து வச்சிருக்க போல! செலவுக்கு பணம் இல்ல, உன்கிட்டதான் வாங்கணும்'' என வேண்டுமென்றே உறவுகள் அவளை வம்பிழுத்தனர்.

அவர்கள் சொல்வதைக் கேட்க, அவளுக்குப் பெருமையாக இருக்கும். "அதெல்லாம் குடுக்க முடியாது; நானே கஷ்டப்பட்டு சேத்து வச்சிக்கிட்டு இருக்கேன்" என இவளும் கோபமாக, சிரித்துக்கொண்டே சொல்வாள். இவர்களின், கேலி கிண்டல்களைப் பார்க்கவே சுவாரசியமாக இருக்கும்.

"அனு, உன் பணப் பைய என்கிட்ட குடு, நான் பத்திரமா வச்சிக்கிறேன்" என அவளின் மாமா சொன்னார். "வேணாம், வேணாம், நானே பத்திரமா வச்சிப்பேன், என்கிட்ட பணம் வாங்குறதுக்காக எனக்கு ஐஸ் வைக்காதீங்க" என சிரித்தாள்.

"ப்பா செம புத்திசாலி அனு நீ; மாமா நெனச்சத அப்டியே கரெக்டா சொல்லிட்ட" என சொல்லி இருவரும் சிரித்தனர்.

சில நாட்களுக்குப் பின், ஒருநாள் அனுவின் அம்மா பதட்டமாக இருந்தார். “என்னாச்சிம்மா, ஏன் ஒரு மாதிரியா இருக்கீங்க?'' என கேட்டாள்.

“ஒண்ணும் இல்லம்மா, இன்னைக்கு கரண்ட் பில் கட்ட, கடைசி தேதியாம். என்கிட்ட பணமும் இல்ல, ஏடிஎம்லயும் எங்கேயுமே பணமும் வரல, என்ன பண்றதுனே தெரில” என சொன்னார்கள்.

உடனே, அனு யோசித்து, “எவ்ளோமா கரண்ட் பில் கட்டணும்?'' என்றாள். மூவாயிரத்து எண்ணூறு என அம்மா சொன்னதும், உடனே தன் ஹேண்ட் பேக்கிலிருந்து பணத்தை எடுத்து வந்து அம்மாவிடம் கொடுத்தாள். அம்மா, அனுவைக் கட்டிப்பிடித்து முத்தமிட்டார்கள்.

“இது நம்ம பணம்தானே, நம்ம தேவைக்குத்தான் சேமிக்கிறோம். இத வச்சி கரண்ட் பில் கட்டுங்கம்மா” என பணத்தை அம்மாவிடம் கொடுத்தாள்.

“பக்கத்துல இருக்குற ஆன்லைன் சென்டர்ல நானே போயி பணம் கட்டிட்டு வரேம்மா” எனச் சொல்லி, கரண்ட் பில்லுக்கான பணத்தைச் செலுத்தி, பில்லைக் கொண்டு வந்து அம்மாவிடம் கொடுத்தாள். தன் மகளின் செயலைக் கண்டு அம்மா பெருமிதம் கொண்டார்.

அனுவும், சேமிப்பின் அவசியத்தையும், சேமிப்பு தக்க சமயத்தில் கைகொடுக்கும் என்பதையும் உணர்ந்தாள்.

இந்தக் கதையைக் காணொளி வடிவில் பார்க்க இங்குள்ள QR கோடினை ஸ்கேன் செய்யவும்.

எழுதியவர் : தா. உ. பூர்வி
பூம்புகார், வயது : 11
ஆறாம் வகுப்பு

மயிலாடுதுறை மாவட்டம், பூம்புகாரைச் சேர்ந்த பூர்வி, ‘வாண்டுகள் சொன்ன கதைகள்’ புத்தகத்தில் ‘மீனாவின் தோட்டம்’ என்ற தலைப்பில் கதை எழுதியுள்ளார் **‘அ அன்பின் அரிச்சுவடி’ புத்தகத்தில் தன்முனைக் கவிதைகள் எழுதியுள்ளார்.**

கராத்தேவில் மாநில அளவில் வெண்கலம், தென்னிந்திய அளவில் தங்கம், அகில இந்திய அளவில் வெள்ளிப் பதக்கங்களைப் பெற்றுள்ளார்.

பரதம் பயின்றுகொண்டிருக்கிறார்.

சமையல், கைவினைப் பொருட்கள் செய்தல், விளையாட்டுகள், செல்லப் பிராணிகள் வளர்ப்பு, விவசாயம் சார்ந்த செயல்களில் ஆர்வம் மிகுந்தவர்.

19. விவசாய பூமி

தா. உ. ஜான்வீ வயது : 14

மணி ஒரு ஏழை விவசாயி. அவருக்குக் கொஞ்சம் விவசாய நிலமும், மாடு, ஆடு, கோழிகளும் இருந்தன.

இவை மூலம் கிடைக்கும் வருமானத்தை வைத்து மனைவி, பிள்ளைகளோடு சந்தோசமாக வாழ்ந்து வந்தார்.

சில காலங்களாக சந்தோசம் இல்லாமல் எப்போதும் சோகமாவே இருந்தார். இதைக் கவனித்த அவரின் மகள் கண்மணி, " என்னாச்சிப்பா, இப்போலாம் எங்ககிட்ட சரியா பேச மாட்றிங்க" என்று கேட்டாள்.

"ஒண்ணும் இல்ல தங்கம், அப்பா நல்லாதா இருக்கன்"

"இல்லப்பா, நீங்க முன்னாடி மாதிரிலாம் இல்ல. யார்கிட்டயும் சரியா பேச மாட்றிங்க; எப்பவும் சோகமா இருக்கிங்க..." என்றாள்.

"வேற ஒண்ணும் இல்லம்மா. சரியான வருமானம் இல்ல. முன்னாடி மாதிரி நல்லா வெளையவும் மாட்டுது. கண்டு மொதலு பாக்குறப்ப, செலவு செய்ற காசு கூட கைல இருக்க மாட்டுது. உங்களலாம் நல்லா படிக்க வச்சி, நல்ல நெலமைல வக்கணும்னா, வெவசாயத்த வுட்டுட்டு வேற வேலதான் பாக்கணும் போல" எனச் சொல்லி, கண்கள் கலங்கினார்.

அப்பா கண் கலங்கியதும், கண்மணிக்கும் அழுகை வந்தது. அப்பாவைக் கட்டிப்பிடித்து சமாதானம் செய்தாள்.

"சரிங்கப்பா, நீங்க கவலப் படாதீங்க. முன்னாடிலாம் நல்லாதான வெளஞ்சிது, இப்போ மட்டும் என்னாச்சி?" என்றாள்.

"மண்ணுல இருந்த சத்தெல்லாம் இப்போ இல்லம்மா. மண்ணே மலடாகிப் போச்சி!"

“அப்டினா என்னப்பா?”

“நல்ல மண்ணுனா பூச்சி, நண்டு, நத்தை, மீனுலாம் இருக்கும். இப்போ பிளாஸ்டிக் குப்பையெல்லாம் மண்ணுல போட்டு மூடி, மண்ணத் தோண்டுனா, தண்ணி வராம பிளாஸ்டிக் குப்பதான் வருது!”

“அப்படிங்களாப்பா?”

“ஆமாம்மா. அதுவும் இல்லாம சில குடிகாரப் பசங்க குடிச்சிட்டு பாட்டில ஒடச்சி வயலுலதான் போட்டுட்டுப் போறாங்க. நாம மண்ணுல எறங்கி வேல பாத்தா, பாட்டில் ஓடு கால கிழிக்கிது. இப்டிலாம் இருந்தா எப்டிதான் மண்ணு நல்லா வெளயும் சொல்லு?” என விளக்கமளித்தார்.

கண்மணி, அப்பா சொல்வதைக் கேட்டுக்கொண்டு இருந்தாள்.

“அதுவும் இல்லாம சரியான நேரத்துக்கு மழையும் இல்ல.வெவசாயத்துக்கு தண்ணியும் இல்ல. மோட்டார் போட்டு தண்ணி எடுத்தாலும் தண்ணி இல்லாம பூமியும் வறண்டு போயிட்டு; வெலவாசியும் ஏறிட்டு. வெவசாயி கைல லாபம் பாக்க முடியில. இப்டியே போனா எப்டிதான்

வெவசாயம் பாக்க முடியும் நீயே சொல்லு!" என்றதும், கண்மணிக்கு என்ன சொல்வதென்றே புரியவில்லை.

இருந்தாலும் விவசாயம் செய்தால்தானே மக்கள் சாப்பிட முடியும். அதற்கு பூமி சுத்தமா இருக்கணுமே. இதப் பத்தி நாம நம்ம ஸ்கூல் டீச்சர்கிட்ட சொல்லி புள்ளைங்களுக்கு இப்பவே விவசாயத்தோட அருமையப் புரிய வைக்கணும். அதும் இல்லாம விவசாயத்தப் பத்தி முழுசா தெரிஞ்சிக்க, நல்லாப் படிச்சி நாம விவசாய ஆபிசர் ஆகி அப்பாவோட கவலையெல்லாம் போக்கணும் என முடிவெடுத்தாள்.

இந்தக் கதையைக் காணொளி வடிவில் பார்க்க இங்குள்ள QR கோடினை ஸ்கேன் செய்யவும்.

எழுதியவர் : தா. உ. ஜான்வீ
பூம்புகார், வயது : 14
ஒன்பதாம் வகுப்பு

மயிலாடுதுறை மாவட்டம், பூம்புகாரைச் சேர்ந்த ஜான்வீ, 'சுக்கா புக்கா முக்கா' என்ற புத்தகத்தில் 'தப்பை உணர்ந்த நேஹா குருவி' என்ற கதை எழுதியுள்ளார். 'வாண்டுகள் சொன்ன கதைகள்' புத்தகத்தில் 'சாலையும் மரங்களும்' என்ற தலைப்பில் கதை எழுதியுள்ளார். 'அ அன்பின் அரிச்சுவடி' புத்தகத்தில் தன்முனைக் கவிதைகள் எழுதியுள்ளார். கராத்தேவில் தென்னிந்திய அளவில் வெண்கலப் பதக்கம் பெற்றுள்ளார். பரதம் பயின்று கொண்டிருக்கிறார். பள்ளியில் Inspired award க்காகத் தேர்வு செய்யப்பட்டுள்ளார். கைவினைப் பொருட்கள் செய்தல், விளையாட்டுகள், பேச்சு, பாடல், ஓவியம், வினாடி வினா, நடனப் போட்டிகளில் ஆர்வம் மிகுந்தவர். நிறைய பரிசுக் கோப்பைகள் வாங்கியுள்ளார். படிப்பிலும் சிறந்து விளங்குபவர்.

20. காத்தாடிக் காடு

ர.அ.நேத்ரஸ்ரீ வயது : 11

வெள்ளிமலை அப்படிங்கற இடத்தில், சந்திரவனம் அப்படின்னு ஒரு செழிப்பான காடு இருந்தது. அடர்ந்த மரம், அசையும்போது தான் சூரிய வெளிச்சமே தெரியும். குரங்குகள் தாவித் தாவிக் குதித்து விளையாடும்.மயில்களின் சத்தமும், குயில்களின் பாட்டும், மற்ற விலங்குகளின் பேச்சு சத்தமும் காட்டில் எப்போதும் கேட்டுக்கொண்டே இருக்கும்.

காட்டில் இருக்கும் விலங்குகள் அனைத்தும் தினமும் காட்டு வேலைகளைப் பிரித்துச் செய்தன. எல்லாரும் வேலை செய்தாலும் தந்திரமாக ஏமாத்தித் தூங்குவதே ஒரு நரிக்கு வேலையாக இருந்தது. அதற்கு எப்பவுமே யாரையாவது வம்பு இழுக்கணும், ஏமாத்தணும், தூங்கணும் இப்படியே நேரத்தை ஓட்டுச்சு.

இதை சின்ன சின்ன விலங்குகள் எல்லாம் பார்த்துக் கொண்டே இருந்தது. ஆனால் சின்ன விலங்குகளால நரியை ஒண்ணுமே செய்ய முடியவில்லை. மத்த நரிகள் எடுத்துச் சொல்லியும், இந்த நரி காது கொடுத்துக் கேட்கவே இல்லை.

ஒரு நாள் காட்டில் இருக்கும் குப்பை எல்லாம் எடுத்து சுத்தம் பண்ணிட்டு இருந்தது முயல். அந்த வழியே காட்டை சுற்றிப் பார்த்தபடி வந்த நரியைப் பார்த்து, "அடடே... என்ன நரி அண்ணே ! காட்டச் சுத்தி சுத்தி வரீங்க ! ஏதாவது செய்தி உண்டா ?''ன்னு முயல் கேட்டது.

"செய்தியா ? அதெல்லாம் ஒன்றும் இல்லை. நீ உன் வேலையைப் பாரு. நான் தூங்க ஒரு நல்ல இடம் தேடிக் கொண்டிருக்கிறேன்" என்று நரி சொல்லிவிட்டுச் சுத்தி சுத்திப் பார்த்தது.

"ஓ அப்படியா ? நான் சொல்றேன். காட்டு எல்லையில அமைதியான ஒரு இடம் இருக்கு. நேத்து அங்கதான் நான்

வேலை செஞ்சேன் யாருமே வரதில்லை நரி அண்ணே. உங்களுக்கு அது நல்ல இடமா இருக்கும் போய்ப் பாருங்களேன்" என்று முயல் சொல்லியது.

காட்டின் எல்லைக்கு வந்தது நரி. அங்க ஒட்டகச்சிவிங்கி உயரமாக இருக்கும் இலை, தழைகளைச் சாப்பிட்டுக் கொண்டிருந்தது. அதைப் பார்த்ததும் நரிக்கு ஒரு பயம் வந்தது. எல்லாத்தையும் ஏமாற்றி விடலாம் ஆனால் ஒட்டகச்சிவிங்கியை ஏமாத்த முடியாதே அப்படின்னு யோசித்துக்கொண்டு மரத்துக்குப் பின்னால் ஒளிந்தது.

"என்ன நரி என்னைப் பார்த்ததும் மறைந்து மறைந்து போற ஏதாவது விஷயமா"? என்று ஒட்டகச்சிவிங்கியின் குரல் கேட்டதும் நரி, "அ...அ...அ...அ...அ ...அண்ணே அதெல்லாம் ஒண்ணும் இல்லை" என்று திக்கியது. ஒட்டகச்சிவிங்கி நரியோட வேலைத்தனத்தை தெரிந்து கொண்டு அங்கிருந்து சென்றது. நரியும் அப்பாடா என்று தூங்க ஆரம்பித்தது.

தூங்கி எழுந்த நரி பயந்து போய் "எல்லாரும் வாங்க... வாங்க ... இங்க வந்து பாருங்க, காப்பாத்துங்க... காப்பாத்துங்க"

என்று சத்தம் போட்டபடி காட்டுக்குள் ஓடி வந்தது. நரியைப் பார்த்து முயலுக்கு ஒரே சிரிப்பு.

"சிங்க ராஜா... சிங்க ராஜா..."

"என்ன நரி, ஏன் இப்படி சத்தம் போட்டு எல்லாருடைய வேலையையும் கெடுக்கப் பாக்குற?"

"சிங்கராஜா, நான் காத்தாடிக் காட்டைப் பார்த்தேன். பயமாக இருந்தது. நம்ப காட்டுக்கு தொலைவில் நிறைய காத்தாடிகள் இருக்கிற ஒரு காட்டைப் பார்த்தேன். அது எல்லாம் நடந்து என்கிட்டயே வர மாதிரி இருந்தது சிங்கராஜா."

"ஓ! அதைச் சொல்றியா நீ... அது ஒன்றும் இல்லை நரியாரே! அது மனிதர்களால் உருவாக்கப்பட்ட காற்றாலை இயந்திரம்."

நரி உடனே, "அப்படி என்றால் என்ன சிங்க ராஜா" என்று கேட்டது.

"அது காற்றின் சக்தியை வைத்து மின்சாரம் எடுக்கக் கூடிய ஒரு இயந்திரம். அது நமக்கு மிகத் தொலைவில் தான் உள்ளது. அதனால் நமக்கு எந்த பாதிப்பும் இல்லை, சுற்றுச்சூழல் பாதிப்பும் அதனால் இல்லை என்கிறார்கள்" என்று சிங்கம் கூறியது.

அப்பாடா... என்று நரி பெருமூச்சு விட்டது.

"அதெல்லாம் இருக்கட்டும் நரியாரே! காட்டுக்குள்ள செய்ற வேலையை விட்டுட்டு நீங்க எதுக்கு அங்க போனீங்க?" என்று சிங்கம் கேட்டது.

முயல் சிரித்துக்கொண்டே கிண்டலாக, "சிங்கராஜா! நரியாரோ இங்க இருக்கிற வேலையெல்லாம் முடிச்சுட்டு அடுத்த காட்டுக்கும் வேலை செய்யலாம்னு போயிருப்பாரு. அப்படித்தானே நரி அண்ணே?" என்று கேட்டது.

தூங்கப் போன நரி, என்ன சொல்வது என்று தெரியாமல் ம்....ம்.....ம்...ம்... என்று இழுத்தது.

இந்தக் கதையைக் காணொளி வடிவில் பார்க்க இங்குள்ள QR கோடினை ஸ்கேன் செய்யவும்.

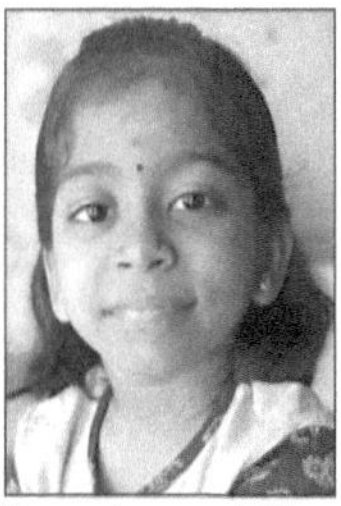

எழுதியவர் : ர.அ.நேத்ரஸ்ரீ
சேலம், வயது : 11
ஆறாம் வகுப்பு

சேலத்தைச் சேர்ந்த இவர், *2020*ஆம் ஆண்டு முதல், கதைசொல்வதிலும், கதை எழுதுவதிலும், ஓவியம் வரைவதிலும் ஆர்வத்துடன் ஈடுபட்டுக் கொண்டிருக்கிறார். இருபதிற்கும் மேற்பட்ட சிறுகதைகளை எழுதியுள்ளார். 'சுக்கா புக்கா முக்கா' மற்றும்' குட்டி மேகங்கள் தூவிய தூறல்கள்' என்ற தொகுப்பு நூல்களிலும் மற்றும் சிறுவர் இதழ்களிலும் இவருடைய கதைகள் வெளிவந்துள்ளன. மேலும் இரண்டு கதைகள் தொகுப்பு நூல்களில் வெளிவர உள்ளது. சிறுவர் பாடல்களும் எழுதியுள்ளார். இவர் எழுதியுள்ள சிறார் சிறுகதைப் புத்தகம்: 'சுட்டிப் பெண்ணின் குட்டிக் கதைகள்'. இவர் பல கதைச் சொல்லல் போட்டிகளில் கலந்துகொண்டு முதல் பரிசு வென்றுள்ளார். *2021*ஆம் ஆண்டு, கதை சொல்லல் போட்டிக்கான முதல் பரிசை மதிப்பிற்குரிய ஊரக மற்றும் தொழில் துறை அமைச்சர் ஜி.வி.அன்பரசன் அவர்களிடம் கோப்பையும், சான்றிதழும் பெற்றுள்ளார் என்பது குறிப்பிடத்தக்கது.

21. செந்திலும் டேனியும்

அ.தமிழ்இனியன் வயது : 8

திருச்சியில் செந்தில் அப்படிங்கற பையன் வாழ்ந்து வந்தான். அவனுக்கு மூன்று நாட்கள் தொடர் விடுமுறை விட்டாங்க. அதனால, அவங்க குடும்பத்தோடு ராமேஸ்வரம் போகலாம்னு முடிவு பண்ணுனாங்க.

அன்று சாயங்கலாமா கிளம்பி இரவு 12 மணிக்குப் போய்ச் சேர்ந்தாங்க. இரவு அங்க இருந்த ஒரு விடுதியில தங்குனாங்க. காலையில் எழுந்து காலை வேலைகளை முடித்துவிட்டுக் கடலுக்குக் குளிக்கப் போனாங்க.

கடலுக்குப் போனப்ப செந்தில் கடலைப் பார்த்துவிட்டு, “என்னமா கடல் இவ்வளவு அழுக்கா இருக்கு, எல்லாரும் குப்பைகளை இங்கேதான் போடுவாங்களா?” என்றுக் கேட்டான். அதற்கு அம்மா, “ஆமாம் செந்தில். எனக்கும் அதே வருத்தம்தான்” என்றார். அதுக்கு அப்பறம் அவன் தண்ணீரில் விளையாடிக்கொண்டிருந்தான்.

அப்போது ஒரு மீன் குட்டியைப் பார்த்தான். அந்த மீன் அவன் அருகில் வந்து பேச ஆரம்பித்தது. “எல்லாரும் குப்பைகளை இங்கேயே போட்டதால் கடல் அழுக்காகிக் கொண்டு இருக்கிறது இதைச் சரிசெய்ய உதவுவாயா?” என்று கேட்டது.

“நிச்சயமாக! நானும் கடலைப் பார்த்த பின்பு அதைப் பற்றித் தான் யோசித்தேன்” என்றான் செந்தில்.

“ மகிழ்ச்சி,மிக்க நன்றி! என் பெயர் டேனி” என்றது மீன்குட்டி. “என் பெயர் செந்தில்” என்றான்.

வீட்டுக்கு வந்த பிறகு எப்படி சரி செய்யலாம் என்று யோசித்தான். பிறகு திருச்சி மாவட்ட ஆட்சியரை நேரில் சந்தித்து, நடந்த நிகழ்வைப் பற்றி கூறினான். அவரிடம் உதவி கேட்டான்.

உடனே அவர் ராமேஸ்வரத்தின் மாவட்ட ஆட்சியர் தன்னுடைய நண்பர்தான் என்றும் அவரிடம் இது பற்றிப் பேசுவதாகவும் சொன்னார். அவரிடம் தொலைபேசியில் தொடர்பு கொண்டு ஒரு யோசனை கூறினார்.

இதைச் சரிசெய்ய, "குப்பைகளைக் கடல் தண்ணீரில் போடாதீர்' என்று கடலுக்கு கிட்டே போர்டு வையுங்கள் மற்றும் ஆங்காங்கே குப்பைத் தொட்டிகளையும் வையுங்கள். மற்றபடி கடலைச் சுத்தம் செய்யும் வேலையை நாங்கள் பார்த்துக் கொள்கிறோம்" என்றார்.

பின்னர் செந்தில், தன் பள்ளியின் மூலமாக மாணவர்களை ஒன்று சேர்த்து கடற்கரையில் கிடந்த குப்பைகளைச் சுத்தம் செய்தான். கடல் மிக சுத்தமாகி விட்டது.

குட்டி மீன் டேனி சிரித்துக் கொண்டே செந்தில் மற்றும் அவனது நண்பர்களுக்கு நன்றி கூறியது.

கடற்கரையினைச் சுத்தம் செய்த மாணவர்களை அனைவரும் பாராட்டினார்.

இந்தக் கதையைக் காணொளி வடிவில் பார்க்க இங்குள்ள QR கோடினை ஸ்கேன் செய்யவும்.

எழுதியவர் : அ.தமிழ்இனியன்
திருப்பூர், வயது : 8
மூன்றாம் வகுப்பு

5 வயது முதல் தானாக புத்தகங்களை வாசித்துக் கதைகள் சொல்லியவர். 6 வயதில் கதைகளைச் சொந்தமாக எழுத ஆரம்பித்து விட்டார். இவர் எழுதிய கதைகள் மற்றும் ஓவியங்கள் சுட்டியானை, தேன்சிட்டு சிறார் மாத இதழில் வெளிவந்துள்ளது. 2 தொகுப்பு நூல்களிலும் கதைகள் இவர் எழுதிய கதைகள் வெளிவந்துள்ளது. ஓவியம் வரைவதிலும் ஆர்வம் உடையவர். சிலம்பம் மற்றும் பறையிசையை பயிற்று வருகிறார்.

மேடைப்பேச்சில் சிறந்த ஆர்வம் உடையவர்.பல நிகழ்வுகளில் பங்கேற்று சிறப்பாக பேசியமைக்காக தமுஎகச திருப்பூர் மாவட்ட மாநாட்டில் வளரும் இளம் பேச்சாளர் என விருது வழங்கி பாராட்டி உள்ளது.

‘சொல்வது தெளிந்து சொல்’ என்னும் தன்னுடைய யூடியூப் சேனல் மூலம், தான் படித்த புத்தகங்கள் மற்றும் கதைகளைக் கூறிவருகிறார்.

22. சின்னச் சின்ன ஆசை

ப்ரணவிகா விஜயராகவன் வயது : 11

கடற்கரையில் நின்று அலைகளை ரசித்தபடியே சிறு வயதில் நடந்த சம்பவத்தை நினைத்துப் பார்த்தாள் ஒரு சாதனைப் பெண்மணி.

இருபது வருடங்களுக்கு முன்பு...

கலகலவென சிரித்துக்கொண்டே மகிழ்ச்சியாக இருக்கும் பன்னிரெண்டு வயதுச் சிறுமி புத்தி. பல திறமைகளைக் கொண்ட அன்பான அழகான சிறுமி அவள். அனைத்திலும் ஆர்வம் உடையவள், சாதிக்கத் துடிக்கும் சிறுமி. இனிமையான குரல் கொண்டவள், மிகுந்த படைப்பாற்றல் கொண்டவள்.

பள்ளி விடுமுறை காலம்:

புத்தி, தன் அம்மா அப்பாவோட சுற்றுலா பயணம் சென்றாள். அங்கே கடற்கரையில் விளையாடிக் கொண்டிருந்தாள். அவள் ஒரு மணல் மாளிகை கட்டிவிட்டு அம்மாவை அழைத்து, ''பாருங்கள் அம்மா என் மாளிகை'' என்று மகிழ்ச்சியாகக் காண்பித்தாள். அம்மா, ''மிக அழகாக இருக்கிறது புத்தி, சரி நீ இங்கேயே விளையாடு; நான் வருகிறேன்'' என்று சொல்லிவிட்டு அறைக்குச் சென்றார்கள்.

விளையாடிக்கொண்டிருந்த புத்திக்கு ஒரு வெளிச்சம் தெரிய, அங்கே பார்த்தபோது மணல் மாளிகை ஒரு நிஜ மாளிகையாக மாறியது.

ஆர்வத்திலும் ஆச்சரியத்திலும் எழுந்த அவள், அந்த மாளிகைக்கு உள்ளே சென்றாள். உள்ளே செல்லச் செல்ல அந்த மாளிகை, ஒரு குழந்தை நல மருத்துவமனையாக மாறியது இங்கும் அங்கும் குழந்தைகளே கண்ணில் பட்டனர். ஊசிக்கு பயந்தபடியே உள்ளே வந்த குழந்தைகள் மகிழ்ச்சியுடன் விளையாடிக்கொண்டே வெளியே சென்றார்கள். சுற்றி

இருந்த அனைவரும் அந்த மருத்துவரைப் பாராட்டிக் கொண்டிருந்தார்கள்.

அருகே சென்று யார் அந்த மருத்துவர் என்று பார்த்தபோது, அந்த இடமே ஒரு நடன மேடையாக மாறி இருந்தது. நடந்து முடிந்த போட்டியில் வெற்றி பெற்ற ஒரு நடனக் கலைஞரைப் பாராட்டிப் பரிசு வழங்கினார்கள்.

தனக்குத் தெரிந்தவராக இருக்குமோ என்று அருகில் சென்று பார்க்க முயன்றபோது, அந்த மாளிகை திடீரென ஒரு ஓவியக் கண்காட்சிக் கூடமாக மாறியது. அங்கே நிறைய ஆட்கள் ஓவியத்தை ரசித்தபடியே அதனை வரைந்த ஓவியரின் திறமையைப் பாராட்டிப் பேசிக்கொண்டிருந்தார்கள். அந்த ஓவியர் எங்கே என்று சுற்றிப் பார்த்தபோது, தூரத்தில் தெரிந்த ஓவியரைப் பார்க்க முயற்சித்தால் மாளிகை இப்போது என்னவாக மாறும் என்று யோசித்தபடியே அருகே சென்றாள்.

மாளிகை மறுபடியும் மாறியது இந்த தடவை ஒரு கலையரங்கமாக அங்கே பிரம்மாண்டமான மேடையில் பாடல் பாடிக் கொண்டிருந்தாள் ஒரு பெண்மணி. புத்தியுடன் சேர்ந்து ஆயிரம் பேர் கைதட்டியபடியே ரசித்துக் கொண்டிருந்தார்கள். அருகில் சென்று யார் என்று பார்க்கக் கூட மனம் இல்லை! எங்கே அந்தப் பாடலைத் தொலைத்து விடுவோமோ என்று எண்ணி, அங்கேயே நின்று ரசித்துக்கொண்டிருந்தாள்.

நிகழ்ச்சி முடியும் தருவாயில் அருகே செல்ல, “புத்தி புத்தி சாப்பிட வா”, என்று அம்மா அழைக்கத் திரும்பின புத்தி, மீண்டும் கடற்கரையில், மணல் மாளிகையின் எதிரில் நின்றுகொண்டிருந்தாள். என்ன நடந்தது என்று

யோசித்தபடியே மாளிகைக்குள் பார்க்க முடியாத மருத்துவர், பாடகி, நடன கலைஞர் மற்றும் ஓவியரைப் பற்றி நினைத்துக் கொண்டிருந்தாள். அருகில் வந்த அம்மா அப்பாவிடம் நடந்ததைக் கூறி அவர்களைப் பார்க்க முடியாததைச் சொல்லி வருத்தம் அடைந்தாள்.

இருவரும் சிரித்துக்கொண்டே, “மேற்கண்ட ஒவ்வொரு துறையின் சாதனையாளர்களும் நீயேதான். இதெல்லாம் உன் மனதின் பிம்பம் செல்லகுட்டி! உன் சின்ன சின்ன ஆசை, கனவுதான்; சிறு வயது முதல் இது நாள் வரையில் நீ சாதிக்க நினைத்த துறைகள்தான் இதெல்லாம். நிலையாக முழு முயற்சி செய்தால் நீ காட்சியில் பார்த்ததுபோல் எந்தத் துறையிலும் உன் ஆசைப்படியே சாதனையாளர் ஆகலாம். உன் சின்னச் சின்ன ஆசை கண்டிப்பாக நிறைவேறும். எங்களது ஆசீர்வாதங்கள். உன் கனவு மெய்ப்படும்”, என வாழ்த்தினார்கள்.

தற்போது:

“என்ன புத்தி, மணல் மாளிகை கட்டலாமா?” என்று சிரித்துக் கொண்டே சொன்னார்கள் புத்தியின் அம்மாவும் அப்பாவும். புத்தியும் சிரித்துக்கொண்டே “ஆமாம் எனது அடுத்த ஆசைக்கனவுக்காகத் தயார்!” என்றாள்

இந்தக் கதையைக் காணொளி வடிவில் பார்க்க இங்குள்ள QR கோடினை ஸ்கேன் செய்யவும்.

எழுதியவர் :
ப்ரணவிகா விஜயராகவன்
சென்னை, வயது : 11
ஆறாம் வகுப்பு

அங்கீகாரம்

- *ஸ்பெல்பீ இன்டர்நேஷனல் டாப்பெர்*
- *கிலே மாடலிங் டாப்பெர்*
- *2X2 கியூபிக் சால்வர்*

திறமைகள்

பாடல், நடனம், ஓவியம், கதை, புதிர், கைவினைப்பொருட்கள, யூடியூபர்

23. முயலும் நரியும்

த. ஹன்விதா வயது : 7

ஒரு பெரிய காட்டிலே ஒரு முயலும் குறும்புக்கார நரியும் ரொம்ப நல்ல நண்பர்களா வாழ்ந்துட்டு வந்தாங்க. இரண்டு பேரும் சேர்ந்துதான் விளையாடுவாங்க, ஒண்ணாதான் சாப்பிடுவாங்க.

அந்த நரி, எல்லோரையும் துன்புறுத்துவதையும் கேலி செய்வதையுமே வேலையா வச்சி இருந்தது, யாருக்கும் எந்த உதவியும் செய்யாது, இதனால மற்ற விலங்குகளுக்கு இந்த நரியைக் கண்டாலே பிடிக்காது.

இதையெல்லாம் பார்த்த முயல், "நரி நண்பா! நீ உன்னுடைய குணத்தை மாத்திக்கோ, நீ யாருக்கும் எந்தக் கெடுதலும் செய்யாதே, உன்னைக் கண்டாலே யாருக்குமே பிடிக்கல, நீ எல்லோருக்கும் நல்லது செஞ்சாதான் உனக்கு ஒரு கஷ்டம் வந்தா அவங்க உனக்கு உதவுவாங்க" னு சொல்லிச்சு.

"இப்படி இருந்தாதான் எனக்குப் பிடிக்கும், எனக்கு யாருடைய எந்த உதவியும் தேவை இல்லை' னு சொல்லிச்சு நரி.

இதை கேட்ட முயலுக்கு ரொம்ப வருத்தமா இருந்துச்சு.

இப்படியே சில நாட்கள் போனது.

ஒரு நாள் வேடன் ஒருவன், ஒரு பெரிய குழி வெட்டி அதன் மேலே இலைகளைப் போட்டு மூடிட்டு போய் இருந்தான்.

நரி எப்போதும் போலவே எல்லோர்கிட்டேயும் குறும்பு பண்ணிட்டே வரும் போது, வேடன் போட்டு இருந்த இலை மேலே கால் வச்சதும் குழிக்குள்ளே விழுந்தது.

பதறிப் போன நரி எவ்வளோவோ முயற்சி செய்தும் அதனால வெளியே வர முடியல.

“என்னை யாராவது காப்பாத்துங்க” ன்னு உள்ளே இருந்து கத்திக்கிட்டே இருந்துச்சு.

ஆனா யாருமே இந்த நரி கத்தினதக் கண்டுக்கவே இல்லை.

ரொம்ப நேரமா நரியைக் காணோம்னு முயல் காடெல்லாம் தேடி வரும் போது நரி கத்தினது கேட்டுச்சு, உடனே சத்தம் வந்த திசையை நோக்கி ஓடி வந்துச்சு.

அப்போ நரி விழுந்த குழியைப் பார்த்தது. குழிக்குள் நரி இருப்பதைப் பார்த்து முயலுக்கு ரொம்ப அதிர்ச்சியா இருந்துச்சு. நரியைப் பார்த்து “நரி நண்பா உனக்கு ஏதாவது அடி பட்டுச்சா, உனக்கு யாருமே உதவவில்லையா” ன்னு கேட்டுச்சு.

“எனக்கு கொஞ்சம் அடி பட்டு இருக்கு, நான் எவ்வளோவோ கூப்பிட்டும் யாருமே எனக்கு உதவவில்லை” னு நரி சொல்லிச்சு.

“நான்தான் உனக்கு அப்பவே சொன்னேனே, நீ யாருக்கும் தொந்தரவு செய்யாதேன்னு, சரி நான் உன்னைக்

காப்பாத்துறேன்" அப்படினு முயல் சொல்லிட்டு, அங்கே இருந்த மரக்கொடிய எடுத்து குழிக்குள்ள போட்டுச்சு.

நரியும் அந்த கொடியப் பிடிச்சு மேலே வந்துச்சு.

தன்னோட நண்பன் முயலைக் கட்டிப் பிடிச்சு நன்றியை சொல்லிச்சு.

"நான் இனிமேல் யாருக்கும் எந்த தொந்தரவும் கஷ்டத்தையும் கொடுக்க மாட்டேன்' னு சொல்லிச்சு நரி.

அப்படியே மற்ற விலங்குகிட்டேயும் நரி மன்னிப்பும் கேட்டுச்சு.

இந்தக் கதையைக் காணொளி வடிவில் பார்க்க இங்குள்ள QR கோடினை ஸ்கேன் செய்யவும்.

எழுதியவர் : த. ஹன்விதா
கத்தார், வயது : 7
இரண்டாம் வகுப்பு

திருச்செந்தூர் அருகில் உள்ள தேரிக்குடியிருப்பு கிராமத்தைச் சொந்த ஊராகக் கொண்ட ஹன்விதா, கத்தாரில் வசித்து வருகிறார்.

தனித்திறமைகள்: ஓவியம் வரைதல், கைவினைப்பொருள் செய்தல், பாடல் பாடுதல், கதை சொல்லல் மற்றும் நடனம் ஆடுவதில் ஆர்வம் அதிகம். இவை அனைத்திலும் பல்வேறு போட்டிகளிலும் இணையவழி நிகழ்வுகளிலும் கலந்து கொண்டு பல பரிசுகளும் பாராட்டுகளும் பெற்றுள்ளார்.

24. அழகு அமுதா

ஸ்ரீ சாய்வர்ஷா ரவிசந்திரன் வயது : 10

ஊட்டியின் தெருக்களைக் கடந்ததும் மலை வாசஸ்தலத்தைப் பார்ப்பது ஆச்சரியமாக இருந்தது. ரோஜாக்கள் முதல் தியோடார்ஸ் வரை, மலைவாசஸ்தலத்தைச் சுற்றிப் பார்ப்பது ஒரு அற்புதமான அனுபவம்.

நாங்கள் ஆட்டோவில் சென்றபோது, ஒரு வித்தியாசமான ஹோட்டலைப் பார்த்தேன், அதைப் பற்றி என் பெற்றோரிடம் சொன்னேன். அது மிகவும் சிறியதாக இருந்தது, ஐந்து அறைகளுக்கு மேல் இல்லை; அதன் உரிமையாளர் திருமதி ரோஸி ஒரு ஆங்கிலோஇந்தியன் என்பதால் 50 ஆண்டுகளுக்கும் மேலாக அதை நடத்தி வந்தார்.

ஹோட்டல் நேர்த்தியாக இருந்தது, ஆனால் அது ஒரு பயங்கர தோற்றத்தைக் கொண்டிருந்தது; இருந்தும் கூட, அது என்னைப் பாதிக்கவில்லை. அந்த ஹோட்டல், “அழகு அமுதா இன்” என்று பெயரிடப்பட்டிருந்தது. 3.5 நட்சத்திர மதிப்பீட்டைப் பெற்றிருந்தது.

அன்றைய தினம் பைகாரா ஏரி,தொட்டபெட்டா இன்னும் சில இடங்களைச் சுற்றிப் பார்த்துவிட்டு ஹோட்டலுக்குச் சென்றோம். களைப்பான நாளாக இல்லாததால் அறைக்குச் செல்ல மனமில்லாமல் இருந்தேன்.

சுவரில் ஒரு பெண்ணின் புகைப்படத்தைப் பார்த்தேன். நான் அதைக் கவனித்தபோது, ஒரு பெண், இருபதுகளின் தொடக்கத்தில் வெல்வெட் கவுன் அணிந்திருப்பதைக் கண்டேன். அந்த உருவம் பச்சை நிறக் கண்கள் மற்றும் பொன்னிற முடியைக் கொண்டிருந்தது. அவள் இளஞ்சிவப்புக் கன்னங்கள் மற்றும் மிகவும் உறுதியான தோற்றத்துடன் இருந்தாள். அவளுடைய உருவப்படத்திற்குக் கீழே அந்த

சட்டத்தில் ஒரு வாக்கியம் செதுக்கப்பட்டிருப்பதைக் கண்டேன். "அமுதா, உண்மை அழகு" என்று எழுதியிருந்தது .

அப்போதுதான் திருமதி.ரோஸி வந்து, "ஏன் நீங்கள் பெற்றோர் அறையில் இல்லை? மேலும் நீங்கள் எதைப் பார்த்துக் கொண்டிருக்கிறீர்கள்? என்று நட்பான தொனியில் கேட்டார். "நான் இந்த உருவப்படத்தில் உள்ள பெண்ணை பார்த்து கொண்டிருந்தேன்" என்று சோர்வாக பதிலளித்தேன்.

அதற்கு அவர், "ஓ! அது என் சகோதரி, நாங்கள் சிறந்த நண்பர்களாக இருந்தோம், அவள் காலராவால் இறந்துவிட்டாள்". அந்த கடைசிப் பகுதியை அமைதியாக முடித்தார்.

"அவள் இன்னும் இங்கே வாழ்கிறாளா"? பயத்தில் நடுங்கியபடி கேட்டேன்.

“சிலர் அப்படிச் சொல்கிறார்கள்” என்றார்.

“ஓ” என்றேன்.

“சரி உன் அறைக்கு போ, இரவு வெகுநேரமாகிறது” என அம்மா மாதிரி சொன்னார். நான் என் அறைக்குச் சென்று படுக்கையில் விழுந்து, அமுதாவைப் பற்றி நினைத்துக் கொண்டு தூங்கச் சென்றேன்.

நள்ளிரவில், என் கதவைத் தட்டும் சத்தம் கேட்டது. “உள்ளே வா” நான் இன்னும் அரை தூக்கத்தில் சொன்னேன். கதவு திறக்கப்பட்டது ஒரு உருவம் என்னை உற்றுப் பார்த்தது. அதைக் கூர்ந்து கவனித்தபோது, நான் ஒரு ஆச்சரியத்தை உணர்ந்தேன். அது அமுதா!!”

“ஹஷ் குழந்தை, கத்தாதே, நான் உன்னிடம் ஒரு உதவிக்காக வந்திருக்கிறேன்,” அவள் பொறுமையாக சொன்னாள். “உனக்கு என்ன வேண்டும்?”, நான் அதிர்ச்சியுடன் கேட்டேன். “என் அக்கா எப்படி இருக்கிறாள்?” என்று அவள் கேட்டாள். “எ

என்ன? திருமதி ரோஸியா?" என்றேன். ஆம் என்று அவள் பதிலளித்தாள்.

" அவள் உன்னை மிகவும் மோசமாக இழந்துவிட்டாள், ஆனால் அதைத் தவிர அவள் நன்றாகத்தான் இருக்கிறாள்."

'ஓ அப்படியா? நன்றி நன்றி. நான் உன்னைப் பார்த்தபோது, என்னுடன் உன்னால் பேச முடியும் என்று எனக்குத் தெரியும், நான் என் சகோதரியுடன் பல ஆண்டுகளாகப் பேசவில்லை."

நான் மௌனமாக அவளையே பார்த்துக்கொண்டு இருந்தேன்.

"பரவாயில்லை, வருகிறேன். மீண்டும் வருகை தரவும்" என்று சொல்லிவிட்டு அமுதா போய்விட்டாள்.

மறுநாள் காலை, நாங்கள் ஆட்டோவில் சென்றபோது, முதல்நாள் இரவு பற்றி நினைத்துக் கொண்டிருந்தேன். இத்தனை வருடங்களுக்குப் பிறகும் தன் சகோதரியின் நலனை விசாரித்த அந்தப் பெண்ணைப் பற்றி நினைத்துக்கொண்டேன்.

இந்தக் கதையைக் காணொளி வடிவில் பார்க்க இங்குள்ள QR கோடினை ஸ்கேன் செய்யவும்.

எழுதியவர் : ஸ்ரீ சாய்வர்ஷா ரவிசந்திரன், வயது : 10
ஆறாம் வகுப்பு

ஆறாம் வகுப்பு படிக்கும் ஸ்ரீ சாய்வர்ஷா, சமீபத்தில் ஓமானில் இருந்து இந்தியாவுக்கு இடம் பெயர்ந்துள்ளார். தீவிர புத்தக வாசிப்பு, இலக்கியம் மற்றும் கலை ஆர்வமுள்ளவர்.

ஓமன் நாட்டின் குழந்தைகள் திரைப்பட விழாவிற்காக சுற்றுச்சூழல் பாதுகாப்பு குறித்த குறும் திரைப்படத்தை இயக்கியுள்ளார். சிறந்த இயக்குனருக்கான பாராட்டுச் சான்றிதழை அந்தக் குறும்படத்திற்காகப் பெற்றார்.

'வேர்கள்' என்ற தலைப்பில் ஒரு கதையைப் பேனா பிடித்த நட்சத்திரங்கள் தமிழ்ப் புத்தகத்தில் வெளியிட்டுள்ளார். ஓமானில் நடந்த அபாகஸ் போட்டிகள் மற்றும் சொற்பொழிவுப் போட்டிகளிலும் பரிசுகளை வென்றுள்ளார். கீபோர்ட் வாசிப்பதிலும் கர்நாடக இசையிலும் வல்லவர்.

25. ஏதோ ஒரு புரிதல்

ந.க. தீப்ஷிகா வயது : 14

அது ஒரு அழகான கிராமம். அழகான கிராமம்னா எப்படித் தெரியுமா? ஊருக்கு நடுவுல ஒரு பெரிய ஆலமரம் இருந்தது. அது மட்டுமா?. நம்மைப் போல குழந்தைகள் விளையாட, மரம் தந்த விழுதுகள், ஓடியாடி விளையாடப் பெரிய மைதானம், இஷ்டம் போல ஆனந்தமாகக் குளிக்க அருமையான ஆறு, அப்படியே பறித்துத்தின்ன ஆரோக்கியமான காய்கறிகள், பழங்கள் என சிறப்பான இக்கிராமத்தில்தான், நம் நண்பன் மோகன் வசித்து வருகிறான்.

அங்குள்ள பள்ளியில் ஐந்தாம் வகுப்பு படித்துக் கொண்டிருக்கிறான். நன்றாகப் படம் வரைவது, கவிதை எழுதுவது, படிப்பது என தனது திறமையை வெளிப்படுத்துபவன்.

ஆனால், அவனால் மற்றவர்களோடு விட்டுக்கொடுத்து இணக்கமாக இருத்தல் என்பது முடியாத காரியமாக இருந்தது. காரணம் அவன் தன்னுடைய வீட்டுக்கு ஒரே பிள்ளை; அதனால் அதிக செல்லம்.

தன்னோடு படிக்கும் பிள்ளைகளைக் கீழே பிடித்துத் தள்ளுவது, அடிப்பது போன்ற செயல்களைச் செய்து வந்தான்.

இச்செயல் மோகனின் பெற்றோருக்கும் , ஊராருக்கும் மிகுந்த கவலையை அளித்தது.

அவர்களும் நிறைய நீதிக் கதைகள், நன்நெறிக் கதைகள் என கூறிக் கொண்டு வந்தனர்.

இச்சூழலில் ஒருநாள், புயலும் மழையுமாக ஊர் முழுவதையும் வெள்ளம் சூழ்ந்திருந்தது. மோகன் தன் வீட்டு சன்னலின் வழியே ஒரு அதிசயத்தைப் பார்த்தான்.

அது என்னவென்றால், மழை வெள்ளத்தால் எலிப்பொந்து நிரம்பி, அதிலுள்ள தன் குஞ்சுகளைக் காப்பாற்ற எலி ஒன்று போராடிக் கொண்டிருந்தது. அதைக் கவனித்த ஒரு பூனை, அந்த எலிக்குஞ்சுகளைத் தானும் சேர்ந்து கவ்விக்கொண்டு சென்று கரை சேர்த்தது.

இதைக் கண்ட மோகனிற்கு, அவன் கண்ட காட்சி, மனதிற்குள் ஏதோ ஒரு புரிதலைத் தந்தது.

மறுநாள் அனைத்துக் குழந்தைகளுடன் மோகன் சேர்ந்து விளையாடுவதைக் கண்டு ஊரே மகிழ்ந்தது.

இந்தக் கதையைக் காணொளி வடிவில் பார்க்க இங்குள்ள QR கோடினை ஸ்கேன் செய்யவும்.

எழுதியவர் : ந.க. தீப்ஷிகா
திருச்சி , வயது : 14
ஒன்பதாம் வகுப்பு

திருச்சியில் வசிக்கும் தீப்ஷிகா, கொரோனா காலத்திற்கு முன்பிருந்தே கதை சொல்லி வந்துள்ளார்.

'அந்தியில் மலர்ந்த மொட்டுக்கள்', "பேனா பிடித்த நட்சத்திரங்கள்", 'சுக்கா புக்கா முக்கா' போன்ற சிறார் கதைகளின் தொகுப்பு நூல்களில் இவரது கதைகள் இடம்பெற்றுள்ளன. "கெட்டிக்காரக் குட்டித்தவளை" என்னும் சிறார் புத்தகத்திலுள்ள சித்திரங்களை வரைந்தவர் இவரே. மேலும் 'வானவில்' – 'களிறும் கன்றும் காட்டினிலே' என்னும் சிறார் பாடல்கள் அடங்கிய நூல்கள் இரண்டினை எழுதி வெளியிட்டுள்ளார்.

2020 – 2021 ஆம் ஆண்டுகளுக்கான 'தமிழ்நாடு முற்போக்கு கலை இலக்கிய மேடை' விருதுகளைப் பெற்றுள்ளார். இவர், முறையாகப் பயின்ற ஒரு பரதநாட்டிய கலைஞர், சிலம்பாட்ட கலைஞர் மட்டுமன்றி தமிழரின் பழம்பெரும் இசைக்கருவியான பறை இசையிலும் பயிற்சி பெற்ற ஒரு கலைஞராகவும் விளங்குகிறார்.

26. முதல் கதை

செ. ப. கமல் சங்கர் வயது : 10

சோழகிரி அப்படிங்கிற ஊருல, சோழன் அப்படின்னு ஒரு பையன் இருந்தான். நல்லா படிப்பான்; எப்பவும் மகிழ்ச்சியா இருப்பான்.

திடீர்னு ஒரு நாளு, ஊரடங்கு போட்டுட்டாங்க. ஓமைக்ரான் வைரஸ் அப்படின்னு சொல்லி, பள்ளிக்கூடத்தை மூடிட்டாங்க. விளையாடவோ, கடைக்கோ, எங்கேயுமே போக முடியல. வீட்டுலயே இருந்துக்கிட்டு என்ன செய்யறது ஏது செய்யறதுன்னு தெரியாம, கூண்டுக்குள்ள போட்டு வெச்சது போல சோழன் தவிச்சான்.

ஒருநாள் அம்மா அவன்கிட்ட வந்து, "தம்பி, கதை கேளு கதை கேளு அப்படிங்கற பேருல ஒரு புலனக்குழுவுல தினமும் ஜூம் செயலி மூலமா குழந்தைகளே கதையெல்லாம் சொல்றாங்களாம். நீயும் கலந்துக்கிட்டுப் பாரேன்!" அப்படின்னு சொன்னாங்க.

சோழனுக்கு விளையாட்டுதான் பிடிக்கும். அரை மனசாதான் கலந்துக்கிட்டான். ஆனா, அவனுக்குக் கதை கேட்கக் கேட்க, ரொம்ப பிடிச்சுப் போய்டுச்சு. தினமும் அவனே ஆர்வமா கலந்துக்க ஆரம்பிச்சான்.

ஒரு கட்டத்துல, மத்தவங்க சொல்லுறது போல, அவனும் கதை சொன்னான். எல்லாரும் பாராட்டியதால ஒரே மகிழ்ச்சியில துள்ளிக்குதிச்சான். ஒரு ஞாயிற்றுக் கிழமை அன்னிக்கு, தன் அம்மா கிட்ட போயிட்டு, "அம்மா! நான் யோசிச்சி உருவாக்கின ஒரு கதை சொல்லுறேன். அதைக் கொஞ்சம் டைப் செஞ்சி தர்றீங்களா?" அப்படின்னு கேட்டான்.

அம்மாவுக்கும் ஒரே மகிழ்ச்சி. "சூப்பர்!!! நீயே சொந்தமா எழுத ஆரம்பிச்சிட்டியா?" அப்படின்னு கேட்டபடி உடனே அழகா டைப் செஞ்சி தந்தாங்க.

இப்படி சில நாட்கள் போனது. ஒருநாள், புலனக்குழுவை நடத்திய முரளி மாமா, "விருப்பமுள்ள பசங்க யார் வேணா கதையை அனுப்பலாம். அதையெல்லாம் சேத்து ஒரு புத்தகமா அச்சடிச்சு வெளியிடுவோம்" அப்படின்னு அறிவிப்பு செஞ் சாங்க.

சோழனும் அம்மாவும் சேந்து, அவனோட முதல் கதையை, அந்த மாமாவுக்கு அனுப்பி வெச்சாங்க. அதுவும் புத்தகத்துல

வந்துச்சு. எத்தனையோ பேரு அந்தக் கதையைப் படிச்சிட்டுப் பாராட்டினாங்க.

அவனுடைய தமிழ் ஆசிரியர்கிட்ட காட்டினான். அவரும் ரொம்ப ஆனந்தப்பட்டு, தலைமை ஆசிரியர்கிட்டயே கூட்டிட்டுப் போய் சொன்னாரு. தலைமை ஆசிரியரே வாழ்த்தினாருன்னு சோழனுக்கு ஒரே சந்தோசமாயிடுச்சு. அது மட்டுமா? அவங்க பள்ளியின் நூலகத்துலயே அந்தப் புத்தகத்தை வெச்சாங்க.

ஒரே ஒரு கதை எழுதியதால கிடைச்ச பாராட்டு, அவனை ரொம்ப ஊக்கப்படுத்திச்சு. அவன் அதுக்கப்புறம் நிறைய கதைகளை எழுத ஆரம்பிச்சான். சுற்றுப்புறத் தூய்மை, சுற்றுச்சூழல் பாதுகாப்பு, சிறார் பாதுகாப்பு இப்படிப் பல்வேறு தலைப்புகள் சார்ந்த கதைகளை விருப்பப்பட்டு நிறைய எழுதினான்.

நண்பர்கள் நிறையப் பாராட்டியபோதும், வீட்டிலுள்ளவர்கள், வெறுமனே நல்லா படிச்சு மதிப்பெண் வாங்கினாப் போதாதா? இல்ல போட்டியில கலந்துக்க! எதுக்கு கதையெல்லாம் எழுத வைக்கணும் அப்படின்னு அம்மாவை விமர்சனம் செஞ்சாங்க.

ஆனா, எல்லாக் குழந்தைகளுக்கும் ஏதாவது திறமை இருக்கும். அதுபோல, என் மகனுக்கு என்ன திறமை இருக்குதோ, எதுல விருப்பம் இருக்குதோ, அதுல அவனை உற்சாகப்படுத்துவேன். அவன் அதுல நல்லா வருவான்னு அம்மா உறுதியா இருந்தாங்க.

அதனால சோழன் நிறைய புத்தகங்களை எழுத எழுத, அதை அம்மா புத்தகங்களா வெளியிட்டாங்க. நிறைய பேருக்கு அவன் அறிமுகமானான். கதைகளை ஒருபக்கம் எழுதிக்கிட்டே, சுற்றுச்சூழல் மேம்பாடு போன்ற களப்பணிகளையும் நேரடியா செஞ்சான். பல பேருக்கு அவனை ரொம்பப் பிடிச்சிடுச்சு. அப்புறம் அவனுக்கு சிறார் இலக்கியத்துல மிக உயர்ந்த விருது ஒண்ணும் கிடைச்சுது.

அம்மாவுக்கு, ஊரே பாராட்டிய மகிழ்ச்சியில, இதுவரை பட்ட வேதனைகள், சந்தித்த சவால்கள் எல்லாம் மறந்தே போய்டுச்சு. இப்ப நம்ம சோழன், சிறார் இலக்கியத்துல, தனித்துவமான ஒரு இடத்தைப் பிடிச்சிட்டான்.

இந்தக் கதையைக் காணொளி வடிவில் பார்க்க இங்குள்ள QR கோடினை ஸ்கேன் செய்யவும்.

எழுதியவர் : செ.ப.கமல் சங்கர்
திருச்சி , வயது : 10
ஐந்தாம் வகுப்பு

அந்தியில் மலர்ந்த மொட்டுக்கள், பேனா பிடித்த நட்சத்திரங்கள், சுக்கா புக்கா முக்கா, குட்டி மேகங்கள் தூவிய தூறல்கள், ஒரு படகோட்டியின் கதை (Amazon e-Book) ஆகிய புத்தகங்களில் கதை எழுதியிருக்கிறார். விலங்குகள் வைத்த ஓட்டப்பந்தயம் என்ற சிறார் சிறுகதைகள் கொண்ட புத்தகத்தை எழுதியிருக்கிறார்.

ஓவியங்கள் வரைவதில் நிறைய ஆர்வம் உள்ளவர். பல போட்டிகளில் கலந்துகொண்டு விருதுகள் வாங்கியுள்ளார்.

கதைகள் சொல்வது, சிறுகதைகளை விமர்சனம் செய்வது,யோகாசனம் செய்வது இவருக்குப் பிடித்தமானவை.

இவருடைய 'குரங்கு காப்பாற்றிய மயில்' சிறுகதை, தினமணி சிறுவர் மணியில் (*30.01.2021*) வெளிவந்துள்ளது

27. புத்திசாலிப் பெண் ஸ்ரீ

ஸ்ரீ ஓவியா மணிகண்டன் வயது : 14

மேகமலை, இது பார்க்க ரொம்ப அழகா பசுமையா மரங்கள் நிறைந்த ஒரு மலை. மேகமலைல ஒரு சின்ன கிராமம் இருந்தது. அங்கு வாழும் மக்களுக்கு மேகமலை மக்கள் அப்படின்னு பேரு.

அந்த மக்களுக்கு இந்த மலை ரொம்ப உதவியா இருந்தது. எப்படித் தெரியுமா? நிறைய பழங்கள், காய்கறிகள், கிழங்குகள்,மூலிகைகள், மரங்கள் அப்புறம் விறகுகள் இதெல்லாம் அவங்களுக்குக் கிடைச்சது. மேக மலையில விதவிதமான மலர்களும் பூத்துக் குலுங்கிச்சு. அது மட்டுமில்ல அங்க முயல், குரங்கு,அணில், மான், மயில்,கிளி போல நிறைய விலங்குகளும் பறவைகளும் இருந்தது.

அதனால மேகமலை மக்கள் ரொம்ப மகிழ்ச்சியா சந்தோஷமா வாழ்ந்து வந்தாங்க. ஆனா ஒரு விஷயத்த தவிர..... அது என்ன?

என்னன்னா, அந்த ஊருல பள்ளிக்கூடமே இல்லையாம். அங்க இருக்கும் குழந்தைகளுக்கு படிப்பு சொல்லி கொடுக்க யாருமே இல்லை. குழந்தைங்க படிக்கணுமுன்னு ரொம்ப ஆர்வமா இருந்தாங்க .

இந்த ஒரு விஷயம் அங்குள்ள மக்களுக்குப் பெரிய வருத்தத்தக் கொடுத்தது.

கொஞ்சநாள் கழிச்சு, அந்த ஊருக்கு ஒரு வயதான அம்மா வந்தாங்க.இந்த மலைக் கிராமத்தோட அழகப் பார்த்து இங்கேயே தங்க முடிவு செஞ்சாங்க. இதுல ஆச்சரியமான விஷயம் என்னன்னா அவங்க முன்னாடி ஒரு ஆசிரியையா வேலை பார்த்தவங்களாம்.

அங்க உள்ள மக்களுக்கு இது தெரிய வந்தது. மேகமலை மக்கள் அனைவரும் சேர்ந்து அவங்ககிட்ட போய், எங்க குழந்தைகளுக்குப் படிப்பு சொல்லிக் கொடுக்கறீங்களா....... அப்படின்னு ரொம்ப கெஞ்சிக் கேட்டாங்க.

அந்த மக்களையும், குழந்தைகளோட ஆர்வத்தையும் பார்த்துட்டு அந்த அம்மா இலவசமா படிப்பு சொல்லிக்கொடுக்க முடிவு செஞ்சாங்க. இதக் கேட்ட குழந்தைங்க ரொம்ப மகிழ்ச்சி அடைஞ்சாங்க. அதிலிருந்து ஆல மரத்தடியில தினமும் பாடம் சொல்லி கொடுக்க ஆரம்பிச்சாங்க.

அதுல ஸ்ரீ அப்படின்னு ஒரு பொண்ணு இருந்தா! அவ எப்பவும் துறுதுறுன்னு சுறுசுறுப்பா இருப்பா; ரொம்ப அறிவாளியும் கூட.... அவளுக்கு செடிகொடிகள், விலங்குகள்

அப்படின்னா ரொம்ப உயிர். ஸ்ரீ மேகமலையில இருக்க காட்டுக்குள்ள நுழைஞ்ச உடனே அவளைச் சுத்தி வந்து விலங்குகள் விளையாட ஆரம்பிச்சிடும்.

அதுல அவளுக்கு ரொம்ப பிடிச்ச கிளி ஒன்னு இருந்துச்சு. அதுக்கு ரூபி அப்படின்னு பேரு வச்சு செல்லமா கூப்பிட்டு வந்தா ஸ்ரீ.

ஒருநாள் மரத்தடியில அவங்க டீச்சர் பாடம் நடத்திக்கிட்டு இருந்தாங்க. அப்போ ஸ்ரீக்கு ரூபி சத்தம் போடறது கேட்டது. அது ரொம்ப வித்தியாசமா அலர்ற மாதிரி இருந்தது. ரொம்ப பதட்டம் ஆன ஸ்ரீ, உடனே திரும்பி சுத்திமுத்திப் பார்த்தாள். கொஞ்ச தூரத்துல காட்டுக்குள்ளே இருந்து புகை வந்துச்சு.

ஸ்ரீக்கு என்னன்னு புரிஞ்சுட்டு. அது ‘ காட்டுத்தீ’; அதிர்ச்சி அடைஞ்ச ஸ்ரீ உடனே அவங்க ஆசிரியைகிட்ட விஷயத்த சொன்னாள். அவங்க ரொம்ப பயந்துட்டாங்க, ஆனா அமைதியா குழந்தைகளை பாதுகாப்பான இடத்துக்கு அழைச்சுக்கிட்டு போக ஆரம்பிச்சாங்க. ஆனா ஸ்ரீ அந்த இடத்தை

விட்டு வர மறுத்துவிட்டாள். மரங்களையும்,விலங்குகளையும் காப்பாத்த நினைத்தாள். இங்க இருந்து சத்தம் போட்டா ஊருக்குள்ள கேட்காது.

ஸ்ரீக்கு உடனே ஒரு யோசனை வந்தது. உடனே ஒரு பேப்பரை எடுத்து, “மரத்தடி பள்ளிக்கூடத்தின் வட திசையில் காட்டுக்குள் தீப்பற்றி உள்ளது . அதை அணைக்க தேவையான மணல், நீர் போன்றவற்றை எடுத்துக்கொண்டு அனைவரும் உடனே வரவும்.”, என்று எழுதி அதை அவளுடைய ஆசை கிளி ரூபியிடம் கொடுத்து கிராமத்தை நோக்கி அனுப்பினாள்.

ரூபி விரைந்து சென்று கிராமத்தினரிடம் சேர்த்தது. செய்தியைப் பார்த்த உடனே, கிராமத்தினர் ஸ்ரீ சொன்னது போல் அனைத்தையும் எடுத்துக்கொண்டு காட்டை நோக்கி விரைந்தனர். அவர்களுடன் குழந்தைகளும் சேர்ந்து தீயை அணைக்கத் தொடங்கினர்.

நல்லவேளையாக அந்த சமயம் காற்று பலமாக வீசவில்லை. காற்று வீசியிருந்தால் தீ மேலும் பரவியிருக்கும். ரொம்ப நேரம் பாடுபட்டு அனைவரும் தீயை அணைத்தனர். அனைவரும் மகிழ்ச்சி அடைந்தனர்.

ஸ்ரீயின் புத்திசாலித்தனத்தை ஆசிரியை வெகுவாகப் பாராட்டினார். குழந்தைகள் அனைவரும் குதித்துக் கும்மாளமிட்டனர். ஸ்ரீ மிகவும் மகிழ்ச்சியடைந்தாள். அதைத் தொடர்ந்து மேகமலை கிராமத்தில் உள்ள மக்கள் அனைவரும் ஒற்றுமையாக இன்பமாக வாழ்ந்தனர்.

இந்தக் கதையைக் காணொளி வடிவில் பார்க்க இங்குள்ள QR கோடினை ஸ்கேன் செய்யவும்.

எழுதியவர் : ஸ்ரீஓவியா மணிகண்டன்

திருச்சி , வயது : 14

ஒன்பதாம் வகுப்பு

பஹ்ரைன் நாட்டில் வசிக்கிறார். தனது ஐந்தாவது வயதிலிருந்து பரதநாட்டியம் மற்றும் கர்நாடக இசையை முறையாகப் பயின்று வரும் இவர் பல மேடைநிகழ்ச்சிகளில் பங்கேற்று சான்றிதழ்களையும் பரிசுகளையும் வாங்கியுள்ளார். திருக்குறளை ஆர்வமாக கற்று வருகிறார். ஆங்கில நாவல் வாசிப்பதிலும்,ஓவியங்கள் வரைவதிலும், செடிகள் வளர்ப்பதிலும் மிகுந்த ஆர்வமுடையவர்.

28. சோப்பு பாக்ஸ்

தோ.ம. மோனிகா வயது : 9

ஹர்ஷாகிட்ட சோப்பு பாக்ஸே இல்ல. அவள் சோப்பு பாக்ஸ் வாங்க ஒரு பெரிய கடைக்குப் போயிருந்தாள். அங்க நெறைய சோப்பு பாக்ஸ் இருந்துச்சு. அதுல ரெண்டு சோப்பு பாக்ஸ் ஹர்ஷாவுக்கு பிடிச்சி இருந்தது. அதுல ஒண்ணு கிரீன் கலர் இன்னொண்ணு பிங்க் கலர்.

அந்த ரெண்டு சோப்பு பாக்ஸ்சும் பேசும். "நான்தான் அழகா இருக்கேன். அதனால என்னதான் இந்த குட்டிப் பொண்ணு எடுப்பா" என்றது கிரீன் கலர் சோப்பு பாக்ஸ். அதற்கு பிங்க் சோப்பு பாக்ஸ் "கொஞ்சம் பொறுமையா இரு அந்த குட்டிப் பொண்ணு யாரை எடுக்கிறானு பார்க்கலாம்" அப்படினு சொல்லுச்சு.

"என்னடா இது யாரோ பேசுற மாதிரி இருக்கு" அப்படின்னு ஹர்ஷா சுத்தி சுத்திப் பார்த்தாள். ஆனால் அங்கு யாரும் இல்ல. "என்னடா இது நாம ரெண்டு பேரும் இவ்வளவு சத்தமா பேசுறோம். இந்த பொண்ணுக்கு நாம பேசுறதே தெரியலையே"ன்னு கிரீன் கலர் சோப்பு பாக்ஸ் திரும்பவும் சொல்லுச்சி. மறுபடியும் யாரோ பேசுற மாதிரி இருக்கேன்னு ஹர்ஷா திரும்பித் திரும்பி பார்த்தாள். நல்லா கவனிச்சுப் பார்த்தப்போதான் இந்த ரெண்டு சோப்பு பாக்ஸ் பேசிட்டு இருக்கிறது ஹர்ஷாவுக்கு தெரிஞ்சது.

ஹர்ஷாவுக்கு ஒரே ஆச்சர்யம். "நீங்க எப்படி பேசுறீங்க?" அப்படின்னு அந்த சோப்பு பாக்சுங்ககிட்ட கேட்டா. "நாங்க மேஜிக் சோப்பு பாக்ஸ். அதனால தான் எங்களால பேச முடியுது" அப்படின்னு அந்த ரெண்டு சோப்பு பாக்சும் சொல்லுச்சு.

இரண்டு சோப்பு பாக்சும் நல்லா இருக்கு. ஆனால் நல்ல ரெண்டுல எதை எடுக்கிறதுன்னு ஹர்ஷா யோசிச்சிட்டு இருக்கும் போதே "என்ன எடுங்க, என்ன எடுங்க"ன்னு ரெண்டும் கத்த ஆரம்பிச்சது. "சரி சத்தம் போடாதீங்க உங்க ரெண்டு பேரையும் எனக்கு பிடிச்சி இருக்கு"ன்னு சொல்லி ரெண்டு சோப்பு பாக்சுக்கும் காசு கொடுத்து வாங்கிட்டு வீட்டுக்கு வந்தாள்.

கொரோனா வந்ததுக்கு அப்புறம் சோப்பு போட்டு நல்லா கைகளைக் கழுவிட்டு தான் வீட்டுக்குள்ள போவா ஹர்ஷா. வீட்டுக்குள்ள வந்ததும் ஹர்ஷா இந்த ரெண்டு சோப்பு பாக்சுக்கும் நல்லா பெயர் வைக்கணுன்னு யோசிச்சு, கிரீன் கலர் சோப்பு பாக்சுக்கு கயா, பிங்க் கலர் சோப்பு பாக்சுக்கு தியா அப்படின்னு பெயர் வச்சா.

ஹர்ஷாவுக்கு ஒரே குழப்பம் எந்த சோப்பு பாக்ஸ்ல தன்னுடைய சோப்பைப் போட்டு வைக்கிறதுன்னு. அப்போ அவளுக்கு திடீரென ஒரு ஐடியா வந்தது. ஒரு நாளைக்கு கயா சோப்பு பாக்சுலயும் அடுத்த நாள் தியா பாக்சுலயும் இதே மாதிரி மாத்தி மாத்தி போட்டு வைக்கலான்னு முடிவு செய்தாள்.

அடுத்த நாள் காலையில் எழுந்து குளிக்க போன ஹர்ஷா கயா பாக்சுல வச்சிருந்த சோப்பை எடுக்கும் போது அவளோட கைய கடிச்சிடுச்சு கயா சோப்பு பாக்ஸ். " ஆ... வலிக்குது ஏன்

என்ன கடிச்ச" ன்னு கேட்டா. அதுக்கு "சாரி! நான் இனிமே கடிக்க மாட்டேன்"னு ஹர்ஷாவைச் சமாதானப்படுத்தியது கயா.

அடுத்த நாள் குளிக்கும்போது தியா சோப்பு பாக்ஸ்ல சோப்ப வச்சா ஹர்ஷா. "நீ எங்களுக்கு நல்ல அழகான பேர வைச்சிருக்க. எங்களை நல்லா பாத்துக்கிற"ன்னு அன்பா பேசுச்சு தியா சோப்பு பாக்ஸ். இத கேட்டதும் ஹர்ஷாவும் ரொம்ப சந்தோசமா தியாகிட்டப் பேசிகிட்டே குளிச்சாள்.

அடுத்த நாள் கயா பாக்சுல சோப்ப வச்சா ஹர்ஷா. மறுபடியும் கயா ஹர்ஷாவைக் கடிச்சிட்டு ஆ...ஆ...ஆ...ஆ...ன்னு சிரிச்சது.

"ஓ...நீ அன்னைக்கும் தெரியாம கடிச்சன்னு நெனச்சேன்... ஆனா நீ வேணும்னே கடிச்சிருக்க... இனி உங்கிட்ட சோப்பு வைக்க மாட்டேன்னு" சொல்லிட்டு குளிச்சுட்டு வந்துட்டா ஹர்ஷா.

அடுத்த நாளிலிருந்து தியா சோப்பு பாக்ஸ்ல மட்டும் சோப்பு வைக்க ஆரம்பிச்சாள் ஹர்ஷா. இப்படியே ரெண்டு

மாசம் போச்சு. இந்த ரெண்டு மாசத்துக்குள்ள ஹர்ஷாவும் தியாவும் நல்ல நண்பர்கள் ஆகிட்டாங்க . குளிக்கும் போது ஸ்கூல்ல நடந்தது எல்லாம் தியாகிட்ட சொல்லிட்டே சந்தோசமா குளிப்பாள் ஹர்சா.. ரெண்டு பேரும் நல்லா சந்தோசமா பேசி சிரிப்பாங்க.

இதைப்பாத்த கயாவுக்கு, "என்ன இந்த ஹர்ஷா நம்மை மட்டும் கண்டுக்கிறதே இல்ல. இவங்க ரெண்டு பேரும் இப்படி சந்தோசமா இருக்காங்களே"ன்னு பொறாமைப் பட்டுச்சு. அப்பறம் திடீர்னு ஒரு நாள் கயா யோசிச்சதாம்... "ஏன் ஹர்ஷா நம்மைக் கண்டுக்கிறதே இல்ல, நாமதான் அவளோட கையைக் கடிச்சோம். அவளுக்கு ரொம்ப வலிச்சிருக்குமில்ல"ன்னு நினைச்சு, தான் செஞ்சது தப்புன்னு வருத்தப்பட்டுச்சு.

அடுத்த நாள் ஹர்ஷா குளிக்க வந்தாள்... அப்போ... துள்ளி துள்ளிக் குதிச்சு வந்த கயா, "என்ன மன்னிச்சுடு... இனி நான் உன்னைக் கடிக்க மாட்டேன். இனிமே நாம மூணு பேரும் நல்ல நண்பர்களாக இருப்போம்"ன்னு சொல்லி மனசார திருந்தி ஹர்ஷாகிட்ட மன்னிப்புக் கேட்டுச்சு.

"நீ மனசார திருந்தனதே எனக்கு ரொம்ப சந்தோசம். நான் முன்னாடி முடிவுபண்ண மாதிரியே ஒரு நாளைக்கு ஒருத்தர்கிட்ட என் சோப்பை வைக்கிறேன். நாம மூணு பேரும் நல்ல நண்பர்களாக இருப்போம்"ன்னு சொன்னாள் ஹர்ஷா. இதைப் பார்த்துட்டு இருந்த தியாவுக்கும் ஒரே சந்தோஷம். கயாகிட்டயும், தியாகிட்டயும் சந்தோசமா பேசிகிட்டே குளிச்சு முடிச்சாள் ஹர்ஷா.

இந்தக் கதையைக் காணொளி வடிவில் பார்க்க இங்குள்ள QR கோடினை ஸ்கேன் செய்யவும்.

எழுதியவர் : தோ.ம. மோனிகா
தருமபுரி , வயது : 9
நான்காம் வகுப்பு

இவர் ஒரு கதைசொல்லி. கதை, கவிதை, சிறார் பாடல் எழுதுவதில் ஆர்வம் மிகுந்தவர். கற்பனையில் உதிப்பதை சிறிது நேரத்திலே ஓவியமாக வரையும் திறன் பெற்ற இவர் மாநில அளவிலான விருது பெற்றுள்ளார். மேலும் மாவட்ட அளவில் சிறந்த ஓவியத்திற்கான முதல் பரிசை மாவட்ட ஆட்சியரிடம் பெற்றுள்ளார். தமிழ் மொழியின் மீதான ஆர்வத்தால் தனது முதல் வகுப்பிலிருந்தே கதைப் புத்தகங்களைப் படிக்க தொடங்கிய இவர் வாசிப்பதில் பேரார்வம் கொண்டவர். எதையும் எளிதில் கற்றுக்கொள்ளும் திறன் பெற்ற இவருக்கு நடனமாடுவதில் தனிப்பட்ட ஆர்வமுண்டு. வீட்டு விலங்குகளின் மீது அலாதியான அன்பும் அக்கறையும் உடையவர்.

'Moni and Mommy' என்ற இவருடைய வலையொளி தளத்தில் இவரின் தனித்திறன்களை வெளிப்படுத்தி வருகிறார்

29. நண்பர்களின் கதை

பா.நித்யா வயது : 9

ஒரு நாட்டின் அரச சபையில் ராஜா, ராணி, மந்திரிங்க எல்லாரும் இருந்தார்கள். அப்போது இரண்டு பேர் ஒரு பஞ் சாயத்துடன் வந்தார்கள். "உங்க இரண்டு பேருக்கும் என்ன பிரச்சினை சொல்லுங்க" என்றார் அரசர்.

"அரசே, என்னுடைய நிலம் மந்திர சக்தி கொண்டது. என் நிலத்தில் உள்ள மரங்கள் என்னிடம் மட்டும் பேசும். ஒரு மந்திர வார்த்தை சொன்னால் போதும், செடி நல்லா வளரும். காய் பழம் எல்லாம் நிறைய விளைச்சல் இருக்கு, ஆனால் இவர் இது அவருடைய நிலம் என்கிறார். நீங்க விசாரிச்சு நல்ல தீர்ப்பு சொல்லுங்க." என்றார்

மற்றொருவர் "அரசே, நான் இந்த நிலத்தில் விவசாயம் செய்யலாம் என்று பார்க்க வந்த போது இவர் அந்த நிலத்தில் இருக்கவில்லை; ஆகவே இது என் நிலம்" என்றார்

மற்றொருவர் "அரசே, அது என்னுடையதாக இருந்தாலும் நான் அதில் ரொம்ப நேரம் இருக்கத் தேவையில்லை" என்றார்

அரசர் "சரி, முதலாம் ஆள் கூறுவதை வைத்து இந்தப் பிரச்சனைக்குத் தீர்ப்பை எளிமையாகக் கண்டுபிடிக்கலாம். நாளை காலை நேரத்தில், நான் அந்த நிலத்திற்கு வருவேன்; நீங்கள் அந்த செடியிடம் பேச வேண்டும். அந்த செடி உங்களுக்கு பதில் கூறினால் அது உங்கள் நிலம் என்று எனக்கு தெரிந்து விடும்" என்றார் இருவரும் அதற்கு சம்மதித்தார்கள்.

மறுநாள் காலையில், அரசர் நிலத்திற்கு வந்ததும் இருவரும் செடிகளிடம் பேச ஆரம்பித்தார்கள். ஒருவன் பேசும் பொழுது அந்த செடிகள் பதில் பேசின. ராஜா மறைவிலிருந்து அனைத்தையும் கவனித்தார். பேசியவனை அழைத்து, "இந்த நிலம் உன்னுடையது!" என்றார்.

அப்பொழுது மற்றொருவன் கூறினான், "ஐயா நான் ஒரு விவசாயி. இவனோ ஒரு செல்வந்தன். செல்வந்தனுக்கு எதற்கு நிலம்? ஆகவே நான் இவனிடம் நிலம் கேட்டேன். இவன் தர மாட்டேன் என்றான். ஆகவே பஞ்சாயத்தை உங்களிடம் கொண்டு வந்தேன்" என்றான்.

அதற்கு செல்வந்தன், "இந்த நிலம் எனக்கு மிகவும் பிடித்த நிலம்! இதை யாருக்கும் தர எனக்கு மனம் கேட்கவில்லை ஆகவே, நான் உனக்கு தரவில்லை. ஆனால் நீ என் நிலத்தில் வேலை பார்க்கலாம். நான் உனக்கு உழைப்புக்கு ஏற்ற சம்பளமும் தருவேன்" என்று கூறினான் .

ராஜா, "உங்களுக்குத் தீர்ப்பைக் கூற ஒரு ஆளைத் தேடினீர்கள் இப்பொழுது தீர்ப்பை நீங்களே கண்டுபிடித்து விட்டீர்கள். மிக நன்று. நீங்கள் இருவரும் நண்பர்களாக வாழ நான் மனமாற வாழ்த்துகிறேன்" என்று கூறினார்.

அதன்பின் அந்த இருவரும் நண்பர்களாகி, சண்டையின்றி அங்கிருந்து கிளம்பிச் சென்றார்கள்.

இந்தக் கதையைக் காணொளி வடிவில் பார்க்க இங்குள்ள QR கோடினை ஸ்கேன் செய்யவும்.

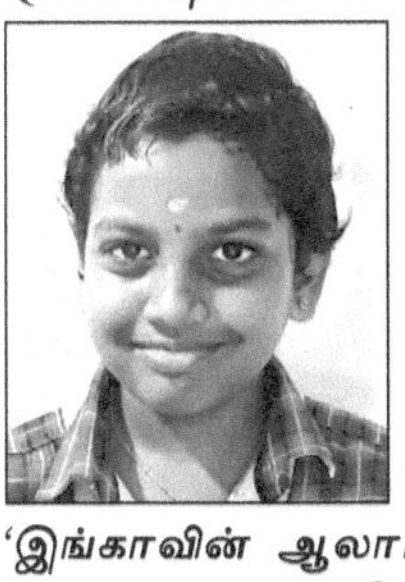

எழுதியவர் : பா.நித்யா

தருமபுரி, வயது : 9

ஐந்தாம் வகுப்பு

பா.நித்யா, சென்னையில் வசிக்கிறார். இவர் இதற்கு முன் ' KTS ஆண்டு மலர்', 'குட்டி மேகங்கள் தூவிய தூறல்கள்' ஆகிய புத்தகங்களில் கதை எழுதி இருக்கிறார்.

'இங்காவின் ஆலாபனைகள்' மற்றும் **'அ அன்பின் அரிச்சுவடி'** ஆகிய தன்முனைக் கவிதை தொகுப்பு நூலிலும் அவரது கவிதைகள் இடம் பெற்றுள்ளது.

விடுகதைகள், பாடல்களும் இயற்றுவார். ஓராண்டு காலமாக கர்நாடக இசை, சமஸ்கிருதம் கற்று வருகிறார்.

30. தாயுமானவள்

தீ. கு. சங்கமித்ரா வயது : 12

கயல்விழி ஆறாம் வகுப்பில் படிக்கும் மாணவி. அவளுடைய அம்மா அப்பா இரண்டு பேருமே வேலைக்குப் போறாங்க. கயல் தினமும் பள்ளியிலிருந்து ஐந்து மணிக்கு வீட்டுக்கு வருவா.

பிறகு, அவளோட வீட்டுப்பாடத்தை ஆறு மணிக்குள்ள முடிச்சுட்டு அப்பா அம்மா வரும் வரைக்கும் அவங்க வீட்ல வேலை பார்க்குற சுதா அத்தை கூட விளையாடுவா. பள்ளியில் நடந்த எல்லா விஷயத்தையும் சொல்லுவா.

அம்மா அப்பா வீட்டுக்கு வந்தாலும் கயல் கூட நேரம் செலவழிக்க மாட்டாங்க. அப்பா அலைபேசியை எடுத்து ஏதாவது வேலை பார்க்க ஆரம்பிச்சுருவாங்க. அம்மா சமைப் பாங்க. சமையல் முடிஞ்சதும் அவங்களும் தொலைக்காட்சி பார்ப்பதிலும், அலைபேசியோடும்தான் நேரத்தைச் செலவழிப் பாங்க. இரண்டு பேரும் அவளைக் கவனிக்கவே மாட்டாங்க.

இந்தச் சூழ்நிலையில் கயல்விழிக்குப் பிறந்தநாள் வந்தது. அன்னைக்கு அவளோட பாட்டி தாத்தா, உறவினர்கள், நண்பர்கள் என எல்லாரும் வந்திருந்தாங்க.

அப்போ தூரத்து உறவினர் ஒருத்தரை அறிமுகப்படுத்தி வைக்கிறதுக்காகக் கயல்விழியோட பாட்டி அவ அம்மாவை அழைச்சிட்டு வரச் சொன்னாங்க. ஆனா, கயல் அவளோட அம்மாவை அழைச்சுட்டு வராம சுதா அத்தைய அழைச்சிட்டு வந்தா. “அம்மாவைக் கூப்பிடச் சொன்னா நீ இவங்கள அழைச்சிட்டு வந்திருக்கியே கயல்?” என்று பாட்டி கேட்டாங்க.

அதுக்குக் கயல், “அம்மா அப்பான்னா யாரு பாட்டி...?” அப்படின்னு கேட்டா.

“குழந்தைகளை நல்லா அன்பா, பாசமா பார்த்துக்கிட்டு அவங்க தேவையை நிறைவேற்றி மகிழ்ச்சியா பார்த்துக்கிறவங்க தான் அம்மா அப்பாடா குட்டிம்மா!” ன்னு பாட்டி சொன்னாங்க.

“அப்படியா பாட்டி? நான் வீட்டுக்கு வந்ததும் சுதா அத்தைதான் என்னைய அன்பா, பாசமா பார்த்துக்கிறாங்க; அதுக்கும் மேல அப்பாவும் அம்மாவும் என் கூட கொஞ்ச நேரம் கூட செலவழிக்க மாட்டாங்க, ஆனா அத்தை என்னை ரொம்ப நல்லாக் கவனிச்சுக்கிறாங்க. எனக்குச் சாப்பாடு ஊட்டி விடுறாங்க. தலை சீவி விட்டு, பள்ளிக்கு அழைச்சிட்டும் போறாங்க” என்றாள்.

பாட்டி வியப்புடன் பார்த்தார்.

"இவ்ளோ ஏன்? நாலு நாளைக்கு முன்னாடி கூட எனக்குக் காய்ச்சல் வந்துச்சு. அப்போ என்னை மருத்துவமனைக்கு அழைச்சிட்டுப் போயி மருந்தெல்லாம் வாங்கிக் கொடுத்து என்னை நல்லாக் கவனிச்சுக்கிட்டதும் சுதா அத்தைதான். எனக்குக் காய்ச்சல் சரியாயிடுச்சான்னுகூட அம்மாவோ அப்பாவோ இது வரை என்னைக் கேட்கல பாட்டி!" ன்னு ரொம்ப வருத்தமா சொன்னா.

பாட்டி மௌனமாக இருந்தார்.

"இப்போ சொல்லுங்க! நான் அம்மான்னு சுதா அத்தைய சொல்றதுல என்ன பாட்டி தப்பு?" ன்னு கேட்டா.

கயல்விழி சொன்னதையெல்லாம் பொறுமையாகக் கேட்ட பாட்டி, “பார்த்தீங்களா? பணம் பணம்னு யாருக்காக சேத்து வச்சிங்களோ அவளே உங்க பணத்தை விடப் பாசம்தான் முக்கியம்னு நினைக்கிறா. இனியாச்சும் பணத்துக்காக வாழாமப் பாசத்துக்காக வாழுங்க!” ன்னு சொன்னாங்க.

இதைக் கேட்ட கயல்விழியோட அப்பா அம்மா பாட்டியிடம், “எங்களை மன்னிச்சுடுங்கம்மா. நீயும் எங்களை மன்னிச்சுடுடா கயல் குட்டி. என்னதான் வேலை இருந்தாலும் பிள்ளைங்களோடு நேரம் செலவழிக்கணும்னு புரிஞ்சிகிட்டோம்டா!” ன்னு சொன்னாங்க.

அப்புறம் எல்லாரும் கயல்விழியோட பிறந்தநாளை மகிழ்ச்சியாக் கொண்டாடினாங்க.

இந்தக் கதையைக் காணொளி வடிவில் பார்க்க இங்குள்ள QR கோடினை ஸ்கேன் செய்யவும்.

எழுதியவர் : தீ. கு. சங்கமித்ரா

வயது : 12

எட்டாம் வகுப்பு

தமிழ் நாட்டில் (மதுரை) வசிக்கிறார். தனது எட்டாவது வயதிலிருந்து சிலம்பம், பரதநாட்டியம் மற்றும்யோகா போன்ற கலைகளை முறையாகப் பயின்று வரும் இவர், பல கதைப்போட்டி,மற்றும் பேச்சு,கட்டுரைப் போட்டிகளிலும் பங்கேற்றுச் சான்றிதழ்களையும், பரிசுகளையும் பெற்றிருக்கின்றார்.

ஊரடங்கு காலத்தில் மதுரையில் நடைபெற்ற 2 கதைப் போட்டிகளில் பங்குபெற்று முதல் பரிசு பெற்றுள்ளார். நூல்கள் வாசிப்பதில் மிகுந்த ஆர்வம் கொண்டவர். ஓவியங்கள் வரைவதிலும், கைவினைப்பொருட்கள் செய்வதிலும் மிகுந்த ஈடுபாடு கொண்டவர். வளர்கவி, இளம்பாரதி, என்ற பட்டங்கள் பெற்றவர்.

31. ஸ்வேதாவின் ஒரு நாள்

தேவசர்வஷ்யா செல்வராஜ் வயது : 09

அழகான ஓர் ஊர் அது. அங்கே ஸ்வேதா என்று ஒரு பெண் வசித்து வந்தாள். தன்னுடைய தோழியின் பிறந்தநாள் பார்ட்டிக்குக் கிளம்பிக் கொண்டிருந்தாள்

அங்கு சென்று தன் தோழிக்கு வாழ்த்து தெரிவித்துவிட்டு உள்ளே பார்க்கும் போது அந்த வீடே அழகாக அலங்கரிக் கப்பட்டுள்ளதை கவனிக்கிறாள். நிறைய பலூன்கள், வித விதமான தோரணங்கள் என்று கிராண்டாக இருந்தது. பார்ப்பதற்கே மகிழ்ச்சியாக இருந்தது.

வீட்டின் வெளியில் டிராம்ப்போலைன், குழந்தைகள், பெரியவர்கள் விளையாடுவதற்கான சர்க்கஸ் எல்லாமே இருந்தது. ஸ்வேதா பர்த்டே பார்ட்டிக்குச் செல்வது இதுவே முதல்முறை. அங்கே புது நண்பர்கள் நிறைய பேர் கிடைக்கிறார்கள். அவர்களுடன் சேர்ந்து கேக், பீட்ஸா என்று பல உணவுகளை சாப்பிடுகிறார்கள்.

அப்போ அங்கே இருந்த சில தோழிகள் கேக், பீட்ஸா எல்லாம் சாப்பிடாமல் வேஸ்ட் பண்ணுவதைப் பார்க்கிறாள். அப்போது அவளது மனதினுள் இதெல்லாம் கிடைக்காமல் இருக்கும் நிறைய குழந்தைகளின் நினைப்பு வருகிறது. கேக் பீட்ஸா கூட பரவாயில்லை; சாப்பாடே கிடைக்காமல் இருக்கும் குழந்தைகளை நினைத்துப் பார்த்துக்கொண்டே தோழிகளுடன் விளையாடுவதற்கு மைதானத்திற்குச் செல்கிறாள்.

அங்கே நிறைய குழந்தைகள் ஊஞ்சலுக்காக சண்டையிடுவதைக் காண்கிறாள். அப்போது நிறைய குழந்தைகள் ஒரே பொம்மையை ஷேர் செய்து விளையாடுவது நினைவுக்கு வந்தது.

தனக்கு இதெல்லாம் கிடைப்பதை நினைத்துப் பார்த்து, கடவுளுக்கு நன்றி சொல்லிகொண்டு, கிடைக்காதவர்களை நினைத்து வருத்தப்பட்டபடியே வீடு வந்தடைகிறாள். சீக்கிரம் உறங்கியும் விடுகிறாள்.

தான் வளர்ந்தபின், இல்லாதவர்களுக்கு ஏதாவது செய்யவேண்டும் என்ற எண்ணம் மட்டும் அவள் தூங்கிய போதும் அவளை விட்டுப் போகவில்லை.

இந்தக் கதையைக் காணொளி வடிவில் பார்க்க இங்குள்ள QR கோடினை ஸ்கேன் செய்யவும்.

எழுதியவர் :
தேவசர்வஷ்யா செல்வராஜ்
அமெரிக்கா, வயது : 9
நான்காம் வகுப்பு

தமிழ்நாட்டைப் பூர்வீகமாக கொண்டு, தற்போது அமெரிக்காவில் வசித்து வருகிறார். The joy of Sharing என்ற ஆங்கில புத்தகத்தை எழுதி வெளியிட்டுள்ளார். யோகாவில் மாநில அளவில் பரிசுகளை வென்றுள்ளார். நடனத்தில் நாட்டம் மிகுதியாக உடையவர்.

32. பயணம்

சாய் ஹரிணி செந்தில்குமார் வயது : 11

எங்கள் குடும்பத்தில் அனைவரும் வாட்டர் தீம் பார்க் (Black Thunder) போலாம் என்று முடிவு செய்து கொண்டு போனோம். ஆனால், அங்கு போய்ப் பார்த்தால் நல்ல மழை பெய்துகொண்டு இருந்தது.

நானும் ஸ்ரீஹரி பிரணவும் வாட்டர் தீம் பார்க்கில் விளையாடலாம் என்று ஆசை ஆசையாகப் போனோம். அது முடியாமல் போனதால், எங்களுக்கு ரொம்ப மனசுக்குக் கஷ்டமாக இருந்துச்சு.

ஆனால் எங்கள் மாமா, "கவலைப்படாதீங்க ! நான் வேற இடத்திற்கு அழைத்து செல்கிறேன்", என்றார். வாட்டர் தீம் பார்க்கில் இருந்து காரைத் திருப்பிக்கொண்டு ஒரு மலைப்பிரதேசத்திற்குப் போனோம்.

போகும் வழியெல்லாம் மான்கள், மயில்கள், குருவிகள் என பலவிதமான காட்டு விலங்குகளைப் பார்த்ததில் எங்களுக்கு மிகவும் மகிழ்ச்சி.

மாமா சொன்னாரு, "அதோ அங்கே பாருங்க ! மரத்தின் மேல் சின்ன வீடு மாதிரி இருக்கு"ன்னு சொன்னார். அதைப் பார்த்து நானும் என் தம்பியும் சூப்பரா இருக்கு என்றோம்.

காரில் போகும் போது, "அக்கா, அக்கா ! அங்க பாரு வெள்ளை கலர்ல யானை குட்டிகளோடு போயிட்டு இருக்கு" என்று ஸ்ரீஹரி பிரணவ் விளையாட்டாகச் சொன்னான். அதற்கு மாமாவும் "ஆமா, ஆமா நானும் பார்த்தேன்" என்றார். இப்படி ஜாலியா பேசிட்டு போயிட்டு இருந்தோம்.

மலைப்பிரதேசத்தில் சின்ன சின்ன கிராமங்கள் இருந்தன. அங்கு ஒரு கடையும் பார்க்க முடியவில்லை. கொஞ்சநேரம் பயணித்த பின்பு பரளி மின்நிலையம் என்ற இடத்திற்குச் சென்றோம்.

பரளி மின்நிலையத்தில் அரசு உயர்நிலைப் பள்ளியைப் பார்த்தோம். அந்த பள்ளியில் குறைந்த அளவு மாணவ மாணவிகள் மட்டும்தான் படிக்கிறார்கள் என்று தலைமையாசிரியர் கூறினார். நாங்கள் கையில் வைத்திருந்த "பீ.பீ.." என்ற புத்தகத்தைப் பள்ளிக்கு அளித்தோம்; தலைமையாசிரியருக்கு அது மிகவும் பிடித்தது.

பள்ளிக்குப் பக்கத்தில் இருந்த ஆலமரத்தில் நானும் ஸ்ரீஹரி பிரணவ் கயல் அத்தை மாமா அம்மா அப்பா எல்லாரும் சேர்ந்து ஆலமரத்தில் இருக்கக்கூடிய விழுதுகளைப் பிடித்து விளையாடினோம்.

கொஞ்ச நேரத்தில் அந்த மரத்தில் நிறைய குரங்குகள் வந்தன. அந்தக் குரங்குகள் எங்கள் பக்கத்தில் வந்தன.

அவைகளுக்கு நாங்கள் பழங்கள், பிஸ்கட், முறுக்கு என எல்லாவற்றையும் கொடுத்தோம். அந்த குரங்குகள் மிகவும் மகிழ்ச்சியாக சாப்பிட்டன.

தலைமையாசிரியர், நீங்கள் அனைவரும் எங்கள் பள்ளியிலேயே வந்து சாப்பிடுங்கள் என்று கூறினார். அந்தப் பள்ளியிலேயே சாப்பிட்டுவிட்டுக் கிளம்பினோம்.

அங்கிருந்து பில்லூர் டேமிற்கு சென்றோம். போகும் வழிகளில் எல்லாம் மிகவும் கண்ணை கவரும் விதவிதமான பூக்களைக் கொண்ட செடி கொடிகளை எல்லாம் பார்த்ததில் எங்களுக்கு ரொம்ப மகிழ்ச்சியாக இருந்தது.

அங்கு சென்றால், ஆற்றில் நிறைய தண்ணீர் போய் கொண்டு இருந்தது. அது மட்டுமா? அந்த ஆற்றுக்கு அருகில் இரண்டு மிகப்பெரிய ஆலமரங்கள் இருந்தது. ஆலமரத்தில் பெரிய கயிறு போட்டு, அதில் மரப்பலகை வைத்து, தூரிகள்

கட்டப்பட்டு இருந்தது. அதைப் பார்த்தவுடன் எங்களுக்கு ஒரே மகிழ்ச்சி.

நாங்கள் எல்லோரும் ஆலமர ஊஞ்சலில் ஐ....ஐ.... ஜாலி சூப்பரா இருக்கு விளையாடலாமா என்று என் தம்பி கேட்டான்.

அதற்கு ஆமா, வா... வந்து ஊஞ்சலில் உட்காரு தள்ளி விடுகிறேன் என்று மாமா சொன்னார். உடனே, நாங்கள் நானு நானு என்று ஊஞ்சலில் எல்லோரும் விளையாடினோம். ஆற்றில் இறங்கினோம். நேரம் போனதே தெரியாமல் விளையாடினோம். அன்னைக்கு நாங்க எல்லோரும் ரொம்ப மகிழ்ச்சியாக இருந்தோம்.

அங்குள்ள பல்வேறு மரங்களுடனும், செடிகளுடனும் சேர்ந்து நிறைய போட்டோக்கள் எடுத்தோம். அந்த இடத்தில் இருந்து வீட்டுக்கு வர விருப்பம் இல்லாமல் வீட்டுக்கு வந்தோம்.வீட்டுக்கு வந்த பிறகும்கூட அந்த இடத்தைப் பற்றியே பேசிக்கொண்டிருந்தோம்.

நாம வாட்டர் தீம் பார்க் போயிருந்தால் கூட இந்த அளவுக்கு மகிழ்ச்சியா இருந்திருக்க முடியாது என்றே நினைத்தோம். அப்படிப்பட்ட அனுபவத்தை எல்லோருக்கும் பகிர ஆசைப்பட்டோம்; அந்த இடத்திற்குப் போய் வந்ததைப் பற்றி ஒரு சிறுகதையாவே எழுதிவெச்சோம். அந்தக் கதைதான் இது!

இந்தக் கதையைக் காணொளி வடிவில் பார்க்க இங்குள்ள QR கோடினை ஸ்கேன் செய்யவும்.

எழுதியவர் : சாய் ஹரிணி செந்தில்குமார்

வயது : 11

ஐந்தாம் வகுப்பு

சிறார் குழுக்களில் நன்கு பங்கேற்றுவரும் இவர், ஈரோடைச் சேர்ந்தவர். சுற்றுச்சூழல் சார்ந்த செயல்பாடுகளில் ஆர்வத்துடன் ஈடுபடுபவர். கதைகள் கேட்பது, கதை சொல்வது, கதை எழுதுவது ஆகிய தளங்களில் ஈடுபாடு காட்டுபவர். ஓவியம் வரைவது, யோகா செய்வது ஆகியவை பிடித்தமானவை. தற்போது மாநில அளவிலான கராத்தே போட்டிக்கும் தேர்வு செய்யப்பட்டு இருக்கிறார்.

33. எதிர்காலம்

வே. மீனலக்ஷிதா வயது : 6

ஒரு ஊரில் ஒரு குடும்பம் இருந்தது. அப்பா விவசாயம் செய்து வந்தார். அம்மா இல்லத்தரசி. மகன் அசோக் ஐந்தாம் வகுப்பும், மகள் அனிதா இரண்டாம் வகுப்பும் படித்து வந்தனர்.

ஒருநாள், "அப்பா எனக்கு ஒரு செல்ஃபோன் வேணும்" என்று அசோக் கேட்டான்.

"மொதல்ல, போன தேர்வுல நீ எவ்ளோ மதிப்பெண் வாங்கின சொல்லு!" என்று அப்பா கேட்டார்.

அசோக் எதுவும் சொல்லாமல், தயங்கித் தயங்கி நின்றான். அப்பா திட்டிவிட்டு வயலுக்குப் போய்விட்டார்.

திட்டு வாங்கிய அசோக்கும் அழுதுகொண்டே வெளியே சென்றுவிட்டான். இதைப் பார்த்துக்கொண்டிருந்த அம்மாவுக்கு ஒரே வருத்தம். ஏனென்றால், அசோக் அவருடைய செல்லப்பிள்ளை.

அன்று மாலையில் அப்பா வீடு திரும்பினார். "அப்பா, அப்பா, எனக்கு சைக்கிள் வாங்கித் தரீங்களா?" என்று கேட்டாள் அனிதா. அப்பா தன் வழக்கப்படி அவள் பெற்ற மதிப்பெண்களைக் கேட்க, பெருமையுடன் பதில் சொன்னாள். அவளது பதிலில் திருப்தி அடைந்த அப்பா, மகளுக்கு ஏற்ற சைக்கிளை வாங்கித் தந்தார். அனிதாவுக்கு ஒரே மகிழ்ச்சி.

இதையெல்லாம் பார்த்துக்கொண்டிருந்த அசோக் அப்பாவிடம் பேசுவதையே நிறுத்திவிட்டான். கோபமும் அழுகையும் அவனுக்குள் மாறி மாறித் தோன்றின.

அம்மா, அப்பாவிடம் சென்று கோபமாகச் சண்டை போட்டார். அப்பா, "இப்ப மொபைலால அவனுடைய கவனம் படிப்பிலே இருந்து வழிதவறினா எதிர்காலம் என்ன ஆகும்?" என்று கவலைப்பட்டார். அம்மா விடவில்லை.

வாக்குவாதம் செய்து அப்பாவை சமாதானப்படுத்தி மொபைல் வாங்கித்தர வைத்தார்.

அவ்வளவுதான்! அசோக்குக்கு ஓரே மகிழ்ச்சி. காலை எழுந்தவுடன், மாலை பள்ளி விட்டு வந்தவுடன் என்று எப்போது பார்த்தாலும் அதில் விளையாடிக்கொண்டே இருந்தான். நேரத்திற்கு சாப்பிடுவது, படிப்பது போன்ற வழக்கங்கள் எல்லாம் மாறிவிட்டன. நண்பர்களுடன் சேர்ந்து மொபைலில் விளையாடுவதை மட்டுமே செய்து வந்தான்.

நாட்கள் சென்றன. பள்ளியில் தேர்வு வந்தது. அனிதா சைக்கிள் ஓட்டி விளையாடினாலும், படிப்பிலும் கவனம் செலுத்தியதால் நல்ல மதிப்பெண் பெற்றிருந்தாள். அசோக், சென்ற தேர்வில் பெற்றதைவிடக் குறைவான மதிப்பெண்களை வாங்கியிருந்தான்.

“உன்னாலதான் அவனுடைய கவனம் சிதறிடுச்சு”, என்று அப்பா, அம்மாவிடம் கோபமாகச் சண்டை போட்டார். அசோக்கை அழைத்து,“ இங்க பாரு! என்னோட விவசாயத்துல பெரிய வருமானமெல்லாம் கிடையாது. அதுவும் மழைக்காலம் வந்தாலே பிரச்சினைதான். எனக்கு யாரும் கடன் கூட

தர மாட்டாங்க. இப்படி ஒரு நிலையில உன்னைப் படிக்க அனுப்பினா, நீ கவனமில்லாம இருக்க" என்று திட்டினார்.

"நாந்தான் செல்லம் குடுத்து, மொபைல் வாங்கித் தர வெச்சிட்டேன். அதனால் மதிப்பெண் குறைவது மட்டுமில்லாம உனக்கு எது மேலயும் கவனம் இல்ல, ஒழுங்கு இல்ல, நீ எலெக்ட்ரானிக் பொருளுக்கு அடிமை ஆயிட்ட. எல்லாம் என்னாலதான்" என்று அம்மா வருத்தப்பட்டார்.

இதைப் பார்த்துக் கண் கலங்கிய அசோக், அப்பாவின் கஷ்டத்தையும் அம்மாவின் வருத்தத்தையும் புரிந்து கொண்டான். அப்பாவிடம் தன் மொபைல் போனைத் திருப்பிக் கொடுத்தான். "இனிமே எல்லாத்துலயும் கவனமா இருப்பேன்" என்று மகிழ்வுடன் கூறினான்.

இதைக் கேட்ட பெற்றோர் மகிழ்ச்சி அடைந்தனர். "உன் படிப்பையும், வளமான எதிர்காலத்தையும் வைத்து பெற்றோரான எங்களை இந்த சமுதாயத்தில் அடையாளம் காண்பிக்க வேண்டும்" என்று பெருமையுடன் கூறினார்.

"நிச்சயம்" என்றான் அசோக். அனிதாவும் பெற்றோரும் அவனை மகிழ்வுடன் பார்த்தனர்.

இந்தக் கதையைக் காணொளி வடிவில் பார்க்க இங்குள்ள QR கோடினை ஸ்கேன் செய்யவும்.

எழுதியவர் : வே. மீனலக்ஷிதா

வயது : 6

ஒன்றாம் வகுப்பு

இவர் திருச்சி மாவட்டம் எடமலைப்பட்டி புதூர் கிராமத்தைச் சேர்ந்தவர். சிறுவயது முதலே நினைவுத்திறன் மிக்கவர். ராகமாகப் பாடுவதிலும் மாறுவேட நிகழ்வுகளில் பங்கேற்கவும் ஆர்வம் காட்டுபவர். நடனமாடும் திறமை உடையவர்.

34. விடாமுயற்சி

க. சக்திஸ்ரீ வயது : 6

அன்பு, பள்ளியை நோக்கி நடந்தான். கணக்கு பாடத்தைத் தவிர, மற்ற பாடங்கள் எதுவுமே அவனுக்கு வரவில்லை. ஒருமுறை இல்லை, இரண்டு முறை படித்த பிறகும் புரியவில்லை. இதற்கு மேலும் முயற்சி செய்யவேண்டுமா? இல்லை வீண்தானா என்ற கேள்வி, அன்புவின் மனதில் தோன்றியது. பள்ளிக்குள் நுழைந்தான்.

நல்லவேளை, அன்று வகுப்புகள் இல்லை. பள்ளியின் ஆண்டுவிழா என்பதால் பள்ளியே திருவிழா போல இருந்தது. சிறப்பு விருந்தினர் வந்து இறங்கியபோது ஒரே பரபரப்புதான். வந்தவர் யார் தெரியுமா? அப்போதைய குடியரசுத் தலைவராக இருந்த மேதகு. அப்துல் கலாம் அவர்கள்தான்.

நமக்கு எல்லாம் தெரியும் அப்துல் கலாம் ஐயாவுக்குக் குழந்தைகள் என்றாலும் இளைஞர்கள் என்றாலும் ரொம்பப் பிடிக்கும் என்று! அந்த மாதிரி நமது ஐயா மாணவ மாணவிகளிடம் உரையாடிக் கொண்டிருக்கும்போது, ஒரு மாணவன், “ஐயா! நீங்க கனவு காணுங்கள் அப்படின்னு சொல்றீங்க. ஆனா நான் பள்ளி முடிஞ்சு வீட்டுக்கு சென்றவுடன் எங்கள் வீட்டில் நடக்கின்ற பிரச்சனைகளை கவனிக்கும்போது என்னால எப்படி ஐயா கனவு காண முடியும்?” என்று கேட்டான்.

அதற்கு அப்துல் கலாம் ஐயா ஒரு சின்ன கதை மூலமா அவனுக்கு புரிய வச்சாரு. “தம்பி! காட்டுல வாழும் மிருகங்கள், பறவைகள், உயிரினங்கள் போன்றவை காலையில் இரை தேடிச் சென்று மாலையில் தான் தமது இருப்பிடம் நோக்கித் திரும்பி வரும்.

அந்த மாதிரி ஒருநாள் ஒரு கழுகு மற்றும் வேறு பறவைகளும் இரை தேடிப் பறந்து சென்றன. அப்போது

பலத்த மழை பெய்தது. அதனால் எல்லா பறவைகளும் இரை தேடச் செல்லாமல் தமது கூட்டை நோக்கித் திரும்பிச் சென்றுவிட்டன. ஆனால், ஒரு கழுகு மட்டும் கூட்டுக்குத் திரும்பாமல் தொடர்ந்து மேலே மேலே பறந்து கொண்டே சென்றது.

அப்பொழுது அதைப் பார்த்த மற்ற பறவைகள், இந்த கழுகு என்ன முட்டாளா என பேசிக் கொண்டன. அந்த கழுகானது மழையை பொருட்படுத்தாது தொடர்ந்து மேகத்தை நோக்கிச் சென்று கொண்டே இருந்தது. ஒரு குறிப்பிட்ட உயரத்துக்கு மேலே சென்றவுடன் அது மேகத்தை அடைந்தது.

உங்களுக்கெல்லாம் தெரியுமா? மழை என்பது மேகத்திற்குக் கீழ் தான் பெய்யும். கழுகானது விடாமுயற்சியோடு தொடர்ந்து பறந்து மேகத்திற்கு சென்றதால், மழையிலிருந்து தப்பித்து தனக்கான இரையைத் தேடித் தொடர்ந்து செயல்பட்டது. இந்த கதையில் இருக்கின்ற கழுகு போல நாமும் விடாமுயற்சியோடு தொடர்ந்து நம் இலக்கு நோக்கி செயல்பட்டால் வெற்றி பெறலாம்" எனக் கூறி அந்த மாணவனுக்கு ஊக்கத்தை அப்துல் கலாம் ஐயா ஏற்படுத்தினார்.

அனைவரும் மகிழ்ச்சியுடன் கைதட்டினார்கள்.

அன்புவின் கேள்விக்குக் கேட்காமலே பதில் கிடைத்தது போல இருந்தது. இனி, படிக்கும் செயலில் விடாமுயற்சியுடன் இருக்கவேண்டும் என அமைதியாக முடிவெடுத்தான்.

இந்தக் கதையைக் காணொளி வடிவில் பார்க்க இங்குள்ள QR கோடினை ஸ்கேன் செய்யவும்.

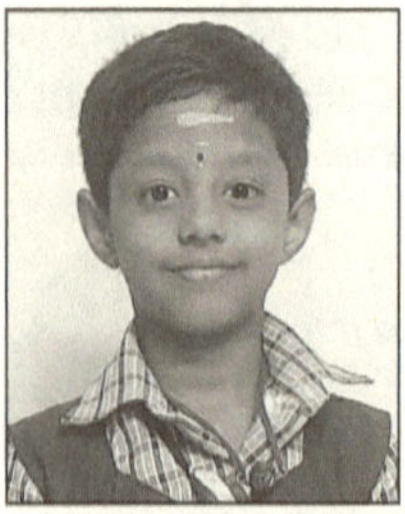

எழுதியவர் : க. சக்திஸ்ரீ

திருச்சி, வயது : 6

இரண்டாம் வகுப்பு

இவர் திருச்சி மாவட்டம் எடமலைப்பட்டி புதூர் கிராமத்தைச் சேர்ந்தவர். இந்த இளம் வயதிலேயே பல்வேறு பேச்சுப்போட்டிகளில் கலந்துகொண்ட அனுபவம் பெற்றிருக்கிறார். அது தவிர, கவிதைகள் வாசிப்பது, மாறுவேடப் போட்டியில் கலந்துகொள்வது மற்றும் பாடலுக்கு ஏற்ப நடனம் ஆடுவது இவையும் பிடித்தமானவை. KTS சிறார் குழுவில் ஆர்வத்துடன் பங்கேற்று வருகிறார்.

www.ingramcontent.com/pod-product-compliance
Lightning Source LLC
LaVergne TN
LVHW060118051026
849517LV00007B/2337